Chinese Thousand Characters Classic

중국어
천자문
독학으로
끝내기

中文
한국어
English

머리말

언어가 되면 새로운 세상을 경험할 수 있습니다. 중국, 한국, 일본, 베트남은 대표적인 한자 문화권 국가입니다. 각자의 토속어를 바탕으로 한자와 합쳐져서 각자의 언어로 발전해왔습니다. 그렇기 때문에 한가지 언어에 능통하면 다른 언어를 습득하는 시간도 짧아집니다. 개혁개방, 경제 발전 등을 통해 중국어는 설명이 필요없을 정도로 중요해졌습니다. 따라서 자연스럽게 중국을 방문하는 외국인들의 수도 증가한지 오래이고 중국어를 배우려는 학습자들도 많습니다.

많은 중국어 학습자들이 첫 학습 단계부터 어려운 발음(4가지의 성조)과 문자 때문에 단어 습득에 어려움을 느껴 일찍이 포기하는 경우가 많습니다. 천자문은 저작 주흥사(周興嗣)가 왕으로부터 죽음의 벌을 받았으나 대신 겹치지 않는 1,000자(4자씩 250구)로 하룻밤 사이에 글을 지어 목숨을 건진 것으로 전해집니다.『중국어 천자문 독학으로 끝내기』는 한국어, 영어로 구성되어 있어 학습자들이 한자와 발음을 쉽게 익힐 수 있도록 도움을 줄 것입니다. 문구의 간단한 해석에는 일본어, 베트남어, 스페인어까지 추가하였습니다.

고등학교를 졸업하면 약 4만개의 단어를 습득한다고 합니다. 언어의 습득은 결국은 단어 싸움이며 무한반복의 싸움입니다.『중국어 천자문 독학으로 끝내기』를 통해 한자를 습득하면 문법, 문장 등의 공부에 흥미를 잃지 않고 계속 정진할 수 있을 것으로 확신합니다. 한자는 중국에서 쓰이는 간체(简体)위주로 정리하였으며 번체(繁体)는 ( )로 표시하였습니다.

끝으로 이 책의 출간에 물심양면으로 도와 주신 마음연결 김영근 대표님께 진심으로 감사드립니다.

The Author's words

Language opens the door to new worlds and experiences. China, Korea, Japan, and Vietnam are representative countries within the Hanzi cultural sphere. Each of these nations has developed its own language by integrating Chinese characters with its native tongue. As a result, mastering one language can significantly shorten the time needed to learn another. Through economic reforms and rapid development, the importance of the Chinese language has become indisputable. Naturally, the number of foreigners visiting China has steadily increased, and there is a growing interest in learning Chinese.

However, many Chinese language learners struggle with pronunciation (including the four tones) and the characters from the very beginning, leading some to give up early. The Thousand Character Classic was composed overnight by Zhou Xingsi, who, according to legend, saved his life by creating a text of 1,000 unique characters (250 lines of four characters each) as commanded by the emperor. "Chinese Thousand Characters Classic" is structured in Korean and English to help learners easily grasp Chinese characters and pronunciation. Simple explanations in Japanese, Vietnamese, and Spanish are also provided for each phrase.

It is said that upon graduating high school, one typically acquires about 40,000 words. Ultimately, language acquisition is a battle of vocabulary and endless repetition. I am confident that by mastering Chinese characters through "Chinese Thousand Characters Classic" learners will maintain their interest in studying grammar and sentence structure, enabling them to continue progressing without losing motivation. The Chinese characters are primarily presented in their simplified form, as used in China, with traditional forms indicated in parentheses.

Lastly, I would like to extend my heartfelt gratitude to Mr. Kim Young-geun of Mind Connection for his invaluable support in the publication of this book.

001. 天地玄黄 宇宙洪荒
002. 日月盈昃 辰宿列张
003. 寒来暑往 秋收冬藏
004. 闰余成岁 律吕调阳
005. 云腾致雨 露结为霜
006. 金生丽水 玉出崑岗
007. 剑号巨阙 珠称夜光
008. 果珍李奈 菜重芥姜
009. 海咸河淡 鳞潜羽翔
010. 龙师火帝 鸟官人皇

011. 始制文字 乃服衣裳
012. 推位让国 有虞陶唐
013. 吊民伐罪 周发殷汤
014. 坐朝问道 垂拱平章
015. 爱育黎首 臣伏戎羌
016. 遐迩壹体 率宾归王
017. 鸣凤在树 白驹食场
018. 化被草木 赖及万方
019. 盖此身发 四大五常
020. 恭惟鞠养 岂敢毁伤

021. 女慕贞烈 男效才良
022. 知过必改 得能莫忘
023. 罔谈彼短 靡恃己长
024. 信使可覆 器欲难量
025. 墨悲丝染 诗赞羔羊
026. 景行维贤 克念作圣
027. 德建名立 形端表正
028. 空谷传声 虚堂习听
029. 祸因恶积 福缘善庆
030. 尺璧非宝 寸阴是竞

031. 资父事君 曰严与敬
032. 孝当竭力 忠则尽命
033. 临深履薄 夙兴温清
034. 似兰斯馨 如松之盛
035. 川流不息 渊澄取映
036. 容止若思 言辞安定
037. 笃初诚美 慎终宜令
038. 荣业所基 籍甚无竟
039. 学优登仕 摄职从政
040. 存以甘棠 去而益咏

041. 乐殊贵贱 礼别尊卑
042. 上和下睦 夫唱妇随
043. 外受傅训 入奉母仪
044. 诸姑伯叔 犹子比儿
045. 孔怀兄弟 同气连枝
046. 交友投分 切磨箴规
047. 仁慈隐恻 造次弗离
048. 节义廉退 颠沛匪亏
049. 性静情逸 心动神疲
050. 守真志满 逐物意移

051. 坚持雅操 好爵自縻
052. 都邑华夏 东西二京
053. 背邙面洛 浮渭据泾
054. 宫殿盘郁 楼观飞惊
055. 图写禽兽 画采仙灵
056. 丙舍傍启 甲帐对楹
057. 肆筵设席 鼓瑟吹笙
058. 升阶纳陛 弁转疑星
059. 右通广内 左达承明
060. 既集坟典 亦聚群英

061. 杜稾钟隶 漆书壁经
062. 府罗将相 路夹槐卿
063. 户封八县 家给千兵
064. 高冠陪辇 驱毂振缨
065. 世禄侈富 车驾肥轻
066. 策功茂实 勒碑刻铭
067. 磻溪伊尹 佐时阿衡
068. 奄宅曲阜 微旦孰营
069. 桓公匡合 济弱扶倾
070. 绮回汉惠 说感武丁

071. 俊乂密勿 多士寔宁
072. 晋楚更霸 赵魏困横
073. 假途灭虢 践土会盟
074. 何遵约法 韩弊烦刑
075. 起剪颇牧 用军最精
076. 宣威沙漠 驰誉丹青
077. 九州禹迹 百郡秦并
078. 岳宗恒岱 禅主云亭
079. 雁门紫塞 鸡田赤城
080. 昆池碣石 钜野洞庭

081. 旷远绵邈 岩岫杳冥
082. 治本於农 务兹稼穑
083. 俶载南亩 我艺黍稷
084. 税熟贡新 劝赏黜陟
085. 孟轲敦素 史鱼秉直
086. 庶几中庸 劳谦谨敕
087. 聆音察理 鉴貌辨色
088. 贻厥嘉猷 勉其祗植
089. 省躬讥诫 宠增抗极
090. 殆辱近耻 林皋幸即

091. 两疏见机 解组谁逼
092. 索居闲处 沉默寂寥
093. 求古寻论 散虑逍遥
094. 欣奏累遣 戚谢欢招
095. 渠荷的历 园莽抽条
096. 枇杷晚翠 梧桐早凋
097. 陈根委翳 落叶飘飖
098. 游鹍独运 凌摩绛霄
099. 耽读玩市 寓目囊箱
100. 易輶攸畏 属耳垣墙

101. 具膳飡饭 适口充肠
102. 饱饫烹宰 饥厌糟糠
103. 亲戚故旧 老少异粮
104. 妾御绩纺 侍巾帷房
105. 纨扇圆洁 银烛炜煌
106. 昼眠夕寐 蓝笋象床
107. 弦歌酒宴 接杯举觞
108. 矫手顿足 悦豫且康
109. 嫡後嗣续 祭祀蒸尝
110. 稽颡再拜 悚惧恐惶

111. 笺牒简要 顾答审详
112. 骸垢想浴 执热愿凉
113. 驴骡犊特 骇跃超骧
114. 诛斩贼盗 捕获叛亡
115. 布射僚丸 嵇琴阮啸
116. 恬笔伦纸 钧巧任钓
117. 释纷利俗 并皆佳妙
118. 毛施淑姿 工颦妍笑
119. 年矢每催 曦晖朗耀
120. 璇玑悬斡 晦魄环照

121. 指薪修佑 永绥吉邵
122. 矩步引领 俯仰廊庙
123. 束带矜庄 徘徊瞻眺
124. 孤陋寡闻 愚蒙等诮
125. 谓语助者 焉哉乎也

001. 天地玄黃 宇宙洪荒

No	Chinese		Korean		English
	Writing	Reading	Meaning	Reading	Meaning
1	天	tiān	하늘	천	1. sky 2. day 3. season
2	地	dì	땅	지	1. the Earth 2. land 3. fields plural
3	玄	xuán	검을	현	1. deep 2. unreliable
4	黃	huáng	누를	황	1. yellow 2. gold
5	宇	yǔ	집	우	1. house 2. the universe 3. appearance
6	宙	zhòu	집	주	aeon. eon
7	洪	hóng	넓을	홍	flood
8	荒	huāng	거칠	황	1. waste 2. desolate 3. short

[天地玄黃 宇宙洪荒]

天是青黑色的、地是黄色的、宇宙广阔而粗糙。

하늘의 이치는 깊고 오묘하며 땅은 누렇다. 우주는 넓고 거칠다.

The logic of the sky is deep and mysterious, and the ground is yellow. The universe is wide and rough.

天の理は深く、奥深く、地は黄色い。宇宙は広くて荒い。

Lý lẽ của trời sâu và lạ lùng và đất Vũ trụ rộng lớn và gồ ghề.

La lógica del cielo es profunda y misteriosa, y el suelo es amarillo. El universo es amplio y áspero.

002. 日月盈昃 辰宿列张

No	Chinese		Korean		English
	Writing	Reading	Meaning	Reading	Meaning
9	日	rì	날	일	1. sun 2. daytime 3. day
10	月	yuè	달	월	1. the moon 2. month 3. monthly
11	盈	yíng	찰	영	1. to fill 2. to increase 3. have a surplus of
12	昃	zè	기울	측	1. to be oblique. 2. westward (sun)
13	辰	chén	별	진	1. heavenly body 2. birthday
14	宿	xiǔ (xiù. sù)	잘	숙	night (xiù) constellation (sù) to stay
15	列	liè	벌릴	렬	1. set ~ out 2. to list 3. rank
16	张 (張)	zhāng	베풀	장	1. to open 2. to extend 3. to exaggerate

[日月盈昃 辰宿列张]

日头西沉、月满则沉、星辰布满在无边的太空中。

해는 서쪽으로 지고 달도 차면 점차 이지러지며, 하늘의 별들은 줄을 서서 넓게 벌려 있다.

The sun sets in the west, and the moon sets too when it is fill, and the stars in the sky are wide open in line.

太陽は西に沈み、月も満ちれば沈み、空の星は列を大きく広げている。

Mặt trời lặn ở hướng tây, và mặt trăng lặn khi nó đầy và các ngôi sao trên bầu trời đang mở rộng các sợ

El sol se pone en el oeste, y la luna también se pone cuando está llena, y las estrellas en el cielo están ampliamente abiertas en línea.

003. 寒来暑往 秋收冬藏

No	Chinese		Korean		English
	Writing	Reading	Meaning	Reading	Meaning
17	寒	hán	찰	한	1. cold 2. poor 3. tremble with fear
18	来(來)	lái	올	래	1. to come 2. to happen 3. can, be able to
19	暑	shǔ	더울	서	1. heat 2. midsummer
20	往	wǎng	갈	왕	1. to 2. past
21	秋	qiū	가을	추	1. autumn (Brit) 2. fall (Am) 3. harvest time
22	收	shōu	거둘	수	1. put ~ away 2. take ~ back 3. to harvest
23	冬	dōng	겨울	동	1. winter 2. knock
24	藏	cáng (zàng)	감출	장	1. to hide 2. to store 3. to collect (zàng) 1. a store 2. scriptures plural 3. Tibet

[寒来暑往 秋收冬藏]

寒暑循环变换、来了又去、去了又来。秋天收割庄稼、冬天储藏粮食。

추위가 오면 더위는 가고, 가을에는 거두어들이고 겨울에는 저장한다.

When the cold comes, the heat goes away, harvests in autumn, and stores it in winter.

寒さがくれば暑さは去り、秋には取り入れ、冬には貯蔵する。

Khi trời lạnh, cái nóng biến mất, thu hoạch vào mùa thu và lưu trữ vào mùa đông.

Cuando llega el frío, el calor desaparece, cosecha en otoño, y lo almacena en invierno.

004. 闰余成岁 律吕调阳

No	Chinese Writing	Chinese Reading	Korean Meaning	Korean Reading	English Meaning
25	闰(閏)	rùn	윤달	윤	1. intercalary 2. bissextile
26	余(餘)	yú	남을	여	to remain
27	成	chéng	이룰	성	1. to accomplish 2. to become 3. result
28	岁(歲)	suì	해	세	year
29	律	lǜ	법칙	률	1. law 2. to restrain
30	吕	lǚ	음률	려	sound belonging to Yin. (one of the twelve semitones in the traditional tone system)
31	调(調)	diào (tiáo)	고를	조	1. to transfer 2. accentto 3. melody (tiáo) 1. to harmonize 2. to blend 3. to mediate
32	阳(陽)	yáng	볕	양	1. Yang (from Yin and Yang) 2. sun 3. protruding

[闰余成岁 律吕调阳]

积累数年的闰余并成一个月、放在闰年里、古人用六律六吕来调节阴阳。

남은 날짜를 윤달로 정하여 한 해가 이루어지도록 하며 음률로써 음양을 고르게 한다.

The remaining date is set as leap month so that the year can be achieved and the yin and yang are even by tune.

残った日付を閏月で定め、一年が行われるようにし、音律で陰陽を選ばせる。

Ngày còn lại được quyết định là tháng tự nguyện để một năm được thực hiện và âm dương được chọn bằng âm sắc.

La fecha restante se fija como mes bisiesto para que el año pueda ser alcanzado y el yin y el yang son incluso por sintonía.

005. 云腾致雨 露结为霜

No	Chinese		Korean		English
	Writing	Reading	Meaning	Reading	Meaning
33	云(雲)	yún	구름	운	1. cloud 2. to say
34	腾(騰)	téng	오를	등	1. to gallop 2. to jump 3. to rise
35	致	zhì	이를	치	1. to send 2. to concentrate 3. to cause
36	雨	yǔ	비	우	rain
37	露	lù (lòu)	이슬	로	1. dew 2. juice 3. to reveal (lòu) to reveal
38	结(結)	jié (jiē)	맺을	결	1. to tie 2. to unite 3. to freeze (jiē) to bear (fruit)
39	为(爲)	wéi (wèi)	할	위	1. to be 2. act as 3. by (wèi) for
40	霜	shuāng	서리	상	frost

[云腾致雨 露结为霜]

云气上升遇冷就形成了雨、夜里露水遇冷就凝结成霜。

구름은 높이 올라가서 비를 내리게 하며 이슬은 맺혀 서리가 된다.

Clouds rise high and rain, and dew forms into frost.

雲は高く登り雨を降らせ、露は霜になる。

Những đám mây leo lên cao để tạo mưa và sương thành sương giá.

Las nubes se elevan y provocan que llueva, y el rocío se condensa y se convierte en escarcha.

006. 金生丽水 玉出崑岗

No	Chinese Writing	Chinese Reading	Korean Meaning	Korean Reading	English Meaning
41	金	jīn	쇠	금	1. gold 2. metal 3. money
42	生	shēng	날	생	1. give birth to 2. to grow 3. to live. life
43	丽(麗)	lì	고울	려	beautiful
44	水	shuǐ	물	수	1. water 2. waters plural 3. liquid
45	玉	yù	구슬	옥	1. jade 2. beauty
46	出	chū	날	출	1. go out 2. to appear 3. to exceed
47	崑	kūn	산이름	곤	Kunlun mountains
48	岗(崗)	gǎng	산등성이	강	1. ridge 2. post

[金生丽水 玉出崑岗]

黄金产在金沙江、玉石出在昆仑山岗。

금은 여수(고을 이름)에서 나오고, 옥은 곤륜산에서 나온다.

Gold comes from Lishui(Town Name) and jade comes from Mt. Kunlun.

金は麗水(村名)から出て玉は坤倫山から出る。

Vàng xuất hiện ở Lishui(tên thành phố) và ngọc bích xuất hiện ở núi Kunlun.

El oro proviene de Lishui(nombre del pueblo) y el jade proviene de la montaña Kunlun.

007. 剑号巨阙 珠称夜光

No	Chinese		Korean		English
	Writing	Reading	Meaning	Reading	Meaning
49	剑(劍)	jiàn	칼	검	sword
50	号(號)	hào (háo)	이름	호	1. name 2. firm 3. sign (háo) 1. to yell 2. to howl
51	巨	jù	클	거	huge
52	阙(闕)	quē (què)	대궐	궐	1. fault, mistake, error 2. surname Que (què) 1. watch tower on either side of a palace gate 2. gate of a palace 3. stone statue
53	珠	zhū	구슬	주	1. pearl 2. bead
54	称(稱)	chēng (chèn)	일컬을	칭	1. to call. be called 2. to say 3. to weigh (chèn) to match
55	夜	yè	밤	야	night
56	光	guāng	빛	광	1. light 2. scenery 3. glory

[剑号巨阙 珠称夜光]

最锋利的宝剑叫"巨阙"、珠光晶莹、称夜光。

칼의 이름에는 거궐(巨阙)이라는 명검이 있고, 구슬의 빛이 영롱하여 야광(夜光)이라 칭했다.

The name of the sword is Juque, which is the name of the sword, and the light of the bead was brilliant, so it was called luminous.

剣の名には巨闕という名刀があり、玉の光が玲瓏として夜光と称した。

Trong tên của con dao có thanh gươm nổi tiếng gọi là Juque, và ánh sáng của hạt sáng chói, vì vậy nó được gọi là dạ quang.

Hay una famosa espada llamada Juque en nombre de la espada, la luz de la cuentas era brillante, así que se llamaba luminosa.

008. 果珍李奈 菜重芥姜

No	Chinese Writing	Chinese Reading	Korean Meaning	Korean Reading	English Meaning
57	果	guǒ	열매	과	1. fruit 2. outcome 3. be full
58	珍	zhēn	보배	진	1. treasure 2. value 3. valuable
59	李	lǐ	오얏	리	plum
60	奈	nài	능금	내	A kind of fruit tree similar to the Chinese pear-leaved crabapple, as well as its fruits
61	菜	cài	나물	채	1. vegetable 2. dish
62	重	zhòng (chóng)	무거울	중	1. weight 2. heavy 3. strong (chóng) 1. to repeat 2. to overlap 3. again
63	芥	jiè (gài)	겨자	개	mustard
64	姜(薑)	jiāng	생강	강	ginger

[果珍李柰 菜重芥姜]

水果里最珍贵的是李子和柰子、蔬菜中最重要的是芥菜和生姜。

과일로는 오얏(자두)과 사과(능금)를 귀중히 여기고, 채소로는 겨자와 생강을 소중하게 여긴다.

Oyat(Plum) and apple are valued as fruits, mustard and ginger as vegetables.

果物ではスモモとリンゴを大事にし、野菜ではからしとショウガを大事にする。

Trái cây coi trọng yến mạch (mận) và táo (hải kim), rau củ coi trọng mù tạt và gừng.

En cuanto a las frutas valoro las ciruelas y las manzanas, y en cuanto a las verduras valoro la mostaza y el jengibre.

009. 海咸河淡 鱗潛羽翔

No	Chinese		Korean		English
	Writing	Reading	Meaning	Reading	Meaning
65	海	hǎi	바다	해	1. ocean 2. lake 3. sea
66	咸(鹹)	xián	짤	함	salted
67	河	hé	물	하	1. river 2. galaxy
68	淡	dàn	물 맑을	담	1. weak 2. bland 3. light
69	鱗	lín	비늘	린	1. the scales of a fish 2. a scaly thing 3. a general term for fish
70	潛(潜)	qián	잠길	잠	1. to dive 2. to hide 3. latent
71	羽	yǔ	깃	우	1. feather 2. wing
72	翔	xiáng	날	상	to circle in the air

[海咸河淡 鳞潜羽翔]

海水是咸的、河水是淡的。鱼儿在水中潜游、鸟儿在空中飞翔。

바닷물은 짜고 하천을 흐르는 물은 민물(맹물)이다. 비늘 달린 물고기는 물속으로 잠기고 날개 있는 새는 하늘을 날아 다닌다.

The sea water is salty and the water flowing through the river is fresh water. Scaled fish are submerged and winged birds fly in the sky.

海水は塩辛いし、河川を流れる水は淡水だ。鱗のついた魚は水中に沈み、羽のある鳥は空を飛び回る。

Nước biển mặn và nước chảy qua sông là nước ngọt. Cá có vảy bị chìm trong nước và chim có cánh bay trên bầu trời.

El agua del mar es salada y el agua que fluye a través del río es agua dulce. Los peces escalados son submersos y las aves aladas vuelan en el cielo.

010. 龙师火帝 鸟官人皇

No	Chinese		Korean		English
	Writing	Reading	Meaning	Reading	Meaning
73	龙(龍)	lóng	용	룡	1. dragon 2. imperial
74	师(師)	shī	스승	사	1. teacher 2. division
75	火	huǒ	불	화	1. fire 2. ammunition 3. internal heat
76	帝	dì	임금	제	1. God 2. emperor 3. imperialism
77	鸟(鳥)	niǎo	새	조	bird
78	官	guān	벼슬	관	1. official 2. organ
79	人	rén	사람	인	1. human being 2. person 3. everybody
80	皇	huáng	임금	황	emperor

[龙师火帝 鸟官人皇]

有被称为勇士的伏羲国王和被称为火帝的神农国王。还有被称为鸟官的少昊国王和被称为人皇国王。

용사(龍師)라고 부르는 복희(伏羲) 임금과 화제(火帝)라고 부르는 신농(神農) 임금이 있었다. 조관(鳥官)이라고 부르는 소호(少昊) 임금과 인황(人皇)이라는 임금도 있었다.

There was a King Fuxi called Longshi and a King Shennong called Huodi. There were also a King Shaohao called Niaoguan and a King Renhuang.

龍師と呼ぶ伏羲王と、火帝と呼ぶ神農の王がいた。鳥官と呼ぶ少昊王と人皇という王もいた。

Có một vị vua Fuxi tên là Longshi và một vị vua Shennong tên là Huodi. Cũng có một vị vua Shaohao tên là Niaoguan và một vị vua Renhuang.

Había un rey Fuxi llamado Longshi y un rey Shennong llamado Huodi. También había un rey Shaohao llamado Niaoguan y un rey Renhuang.

011. 始制文字 乃服衣裳

No	Chinese		Korean		English
	Writing	Reading	Meaning	Reading	Meaning
81	始	shǐ	비로소	시	to start
82	制	zhì	지을	제	1. to make 2. work ~ out 3. to restrict
83	文	wén	글월	문	1. writing 2. written language 3. essay
84	字	zì	글자	자	1. character 2. pronunciation 3. calligraphy
85	乃	nǎi	이에	내	to be
86	服	fú (fù)	입을	복	1. clothes plural 2. to take 3. to serve (fù) a dose
87	衣	yī (yì)	옷	의	1. clothing 2. cover 3. afterbirth (yì) to dress
88	裳	shang (cháng)	치마	상	lower garment (cháng) An archaic term for the lower piece of a garment worn by both men and women, resembling a skirt.

[始制文字 乃服衣裳]

苍颉创造了文字、嫘祖制作了衣裳。

처음으로(비로소) 글자를 만들고, 곧 이어서 옷을 만들어 입게 하였다.

First, made letters, and then made clothes and put them on.

最初の文字を作り、次に服を作って着るようにした。

Lần đầu tiên tạo chữ và ngay sau đó tạo thành quần áo.

Primero se hicieron letras y luego se confeccionó y usó ropa.

012. 推位让国 有虞陶唐

No	Chinese Writing	Chinese Reading	Korean Meaning	Korean Reading	English Meaning
89	推	tuī	밀	추	1. to push 2. to scrape 3. to push forward
90	位	wèi	자리	위	1. location 2. position 3. digit
91	让(讓)	ràng	사양할	양	1. to yield 2. to make allowances 3. to invite 4. to let
92	国(國)	guó	나라	국	1. country 2. national 3. Chinese
93	有	yǒu	있을	유	1. to have 2. to occur
94	虞	yú	나라	우	1. supposition, prediction, deceit 2. worry, anxiety 3. to deceive, to cheat 4. to expect
95	陶	táo	질그릇	도	1. pottery 2. to make pottery 3. to mould (Brit)
96	唐	táng	당나라	당	the Tang Dynasty

[推位让国 有虞陶唐]

唐尧、虞舜英明无私、主动把君位禅让给功臣贤人。

임금의 자리를 물려주고 나라를 양보한 임금은 순(舜)임금과 요(堯)임금이시다.

The kings who handed over the king's positon and gave up their country are King Shun and King Yao.

王の地位を譲り譲った王は舜王と堯王である。

Những vị vua đã nhường vị trí của vua là vua Shun và vua Yao.

Los reyes que cedieron el trono y cedieron el reino fueron los reyes Shun y Yao.

013. 吊民伐罪 周发殷汤

No	Chinese Writing	Chinese Reading	Korean Meaning	Korean Reading	English Meaning
97	吊(弔)	diào	조상할	조	1. to hang 2. hoist ~ up 3. to revoke
98	民	mín	백성	민	1. the people plural 2. person 3. folk
99	伐	fá	칠	벌	1. to cut ~ down 2. to attack
100	罪	zuì	허물	죄	1. crime 2. blame 3. hardship
101	周	zhōu	두루	주	1. circle 2. week 3. give ~ financial help
102	发(發)	fā	필	발	1. to send 2. to emit 3. to produce
103	殷	yīn (yān)	나라	은	1. prosperous 2. earnest 3. courteous (yān) dark red
104	汤(湯)	tāng	끓일	탕	1. hot water 2. soup

[吊民伐罪 周发殷汤]

安抚百姓、讨伐暴君、是周武王姬发和商王成汤。

고통받는 백성을 불쌍히 여겨 죄지은 임금을 정벌한 분은 주(周)나라 무왕(武王) 발(發)과 은(殷)나라 탕(湯)왕 이시다.

It was Bal, King Mu of the Zhou Dynasty, and King Tang of the Eun Dynasty who punished the king who was guilty of pitying the suffering people.

苦しむ民を哀れみ罪した王を征伐した方は,周国の武王と,發と殷国の湯王である。

Những người đã trừng phạt vua Wu của vương quốc Zhou và vua Tang của vương quốc Fa, Yin vì sự thương hại của người dân.

Fueron Bal, el rey Mu de la dinastía Zhou, y el rey Tang de la dinastía Eun quienes castigaron al rey que era culpable de compadecer a la gente sufrida.

014. 坐朝问道 垂拱平章

No	Chinese		Korean		English
	Writing	Reading	Meaning	Reading	Meaning
105	坐	zuò	앉을	좌	1. to sit 2. to travel by
106	朝	cháo (zhāo)	아침	조	1. imperial court 2. dynasty 3. reign (zhāo) 1. morning 2. day
107	问 (問)	wèn	물을	문	1. to ask 2. to send regards to 3. to interrogate
108	道	dào	길	도	1. road 2. way 3. morals
109	垂	chuí	드리울	수	1. to hang down 2. to condescend 3. to hand ~ down
110	拱	gǒng	팔짱낄	공	1. to join one's hands together 2. to encircle 3. to arch
111	平	píng	평평할	평	1. flat 2. calm 3. ordinary
112	章	zhāng	글	장	1. article 2. chapter 3. order

[坐朝问道 垂拱平章]

贤明的君主坐在朝廷上向大臣们询问治国之道、垂衣拱手、毫不费力就能使天下太平、功绩彰著。悠闲地待着、也实现了国家和平、光明的政治。

조정에서 나랏일을 집행함에 있어 나라 다스리는 올바른 이치와 도리를 물어 그대로 실천하니 옷을 드리우고 팔짱을 끼고 한가(閑暇)로이 있어도 나라는 화평하고 밝은 정치가 이루어지고 있다.

In the execution of state affairs in the Imperial Court, the government asked for the right reason to govern the country and practiced it as it is, so even if it is relaxed with its arms folded, the country is peaceful and btight.

朝廷で国事を行うにあたり、国を治める正しい理と道理を問い、その通りに実践するので服を垂れ腕を組んでのんびりしていても、国は平和で明るい政治が行われている。

Trong việc thực hiện công việc đất nước trong triều đại Joseon, đất nước đang thực hiện chính trị một cách hòa bình và tươi sáng ngay cả khi nó được mặc quần áo và khoác tay.

En la ejecución de los asuntos estatales en la Corte Imperial, el gobierno pidió la razón correcta para gobernar el país y lo practicó tal como es, así que incluso si se relaja con sus brazos doblados, el país es pacífico y brillante.

015. 愛育黎首 臣伏戎羌

No	Chinese		Korean		English
	Writing	Reading	Meaning	Reading	Meaning
113	愛	ài	사랑	애	1. (to) love, affection 2. favor, grace, kindness
114	育	yù	기를	육	1. give birth to 2. to raise 3. education
115	黎	lí	검을	려	black, dark
116	首	shǒu	머리	수	1. head 2. leader 3. first
117	臣	chén	신하	신	1. official in feudal court 2. a slave
118	伏	fú	엎드릴	복	1. to lean over 2. to fall 3. to hide
119	戎	róng	병장기	융	army
120	羌	qiāng	오랑캐	강	an ancient ethnic group of China that mainly lived in Gansu, Qinghai, and Sichuan provinces.

[愛育黎首 臣伏戎羌]

他们爱抚、体恤老百姓、使四方各族人俯首称臣。

임금님께서 사랑으로 백성을 기르시자 변방의 오랑캐들까지도 굴복하여 신하로서 복종한다.

When the king raised the people with love, even the barbarians on the periphery gave in and obeyed as lieges.

王が愛で民を育てると辺境の蛮族までも屈服し臣下として服従する。

Nhà vua đã nuôi dạy dân tộc bằng tình yêu, ngay cả những người lang thang ở bên cạnh cũng phải khuất phục và phục tùng như một người hầu.

Cuando el rey crió al pueblo con amor, los bárbaros de la periferia se rindieron y obedecieron como vasallos.

016. 遐迩壹体 率宾归王

No	Chinese Writing	Chinese Reading	Korean Meaning	Korean Reading	English Meaning
121	遐	xiá	멀	하	distant
122	迩(邇)	ěr	가까울	이	recently
123	壹	yī	한	일	one (banker's anti-fraud numeral)
124	体(體)	tǐ	몸	체	1. body 2. substance 3. style
125	率	shuài	거느릴	솔	1. to command 2. rash 3. frank
126	宾(賓)	bīn	손	빈	guest
127	归(歸)	guī	돌아올	귀	1. to return 2. to group ~ together 3. be under the charge of
128	王	wáng	임금	왕	king

[遐迩壹体 率宾归王]

普天之下都统一成了一个整体、所有的老百姓都服服帖帖地归顺于他的统治。

먼 곳 가까운 곳 할 것 없이 한 몸 한마음이 되어서 모두가 다 복종하여 임금님 품 안으로 돌아왔다.

Everyone obeyed and returned to the king's arms as one body, regardless of the distance.

遠いところと近いところを問わずひとつの心となってみんなが服従し王様の懐に戻ってきた。

Tất cả mọi người đều đồng lòng, không kể nơi nào xa xôi, và tất cả đã phục tùng và trở lại trong vòng tay.

Independientemente de la distancia y la cercanía, todos obedecieron y regresaron a los brazos del rey.

017. 鸣凤在树 白驹食场

No	Chinese Writing	Chinese Reading	Korean Meaning	Korean Reading	English Meaning
129	鸣(鳴)	míng	울	명	1. to chirp 2. to sound 3. to express
130	凤(鳳)	fèng	봉황새	봉	phoenix
131	在	zài	있을	재	1. to live 2. to be 3. at, in, on, present
132	树(樹)	shù	나무	수	1. tree 2. to cultivate 3. to establish
133	白	bái	흰	백	1. white 2. clear 3. bright
134	驹(駒)	jū	망아지	구	1. fine horse 2. foal
135	食	shí (sì)	먹을	식	1. to eat 2. food 3. eclipse (sì) to feed (a person or animal)
136	场(場)	chǎng (cháng)	마당	장	1. ground 2. stage 3. scene (cháng) threshing ground

[鸣凤在树 白驹食场]

凤凰在竹林中欢乐的鸣叫、小白马在草场上自由自在地吃着草食。

나무에 있는 봉황새는 울고 있고, 흰 망아지는 한가로이 풀을 뜯고 있다.

The phoenix on the tree is crying, and the white colt is leisurely grazing.

木の鳳凰は鳴いているし、白い子馬はのんびりと草を食んでいる。

Chim phượng hoàng ở trên cây đang khóc, con lợn trắng đang ăn cỏ một cách nhàn nhã.

El ave fénix en el árbol llora y el potro blanco pasta tranquilamente en la hierba.

018. 化被草木 赖及万方

No	Chinese		Korean		English
	Writing	Reading	Meaning	Reading	Meaning
137	化	huà	될	화	1. chemistry 2. to change 3. to convert
138	被	bèi	입을	피	1. quilt 2. to cover 3. to meet with
139	草	cǎo	풀	초	1. grass 2. straw 3. illegible
140	木	mù	나무	목	1. tree 2. wood 3. numb
141	赖(賴)	lài	힘입을	뢰	1. to depend 2. to stay 3. to deny
142	及	jí	미칠	급	1. to reach 2. be as good as 3. be in time for
143	万(萬)	wàn	일만	만	1. ten thousand 2. definitely
144	方	fāng	모	방	1. direction 2. square 3. side

[化被草木 赖及万方]

圣君贤王的仁德之治使草木都沾受了恩惠、恩泽遍及天下百姓。

임금님의 덕화(德化)로 백성들뿐 아니라 풀이나 나무까지도 임금님의 은혜를 입게 되니 임금님을 믿고 의지하는 백성들의 마음이 여러 방향을 통하여 멀리까지 미치고 있다.

Not only the people but also grass and trees benefit from the king due to the king's virtuousness, so the hearts of the people who trust and rely on him extend far through various directions.

王の徳化により民だけでなく草や木までも王の恩恵を受けるようになるので王様を信じて頼ろうとする民の心が様々な方向を通じて遠くまで及んでいる。

Vì đức hạnh của nhà vua mà không chỉ những người dân mà cả cỏ và cây cối cũng được hưởng ân huệ của nhà vua, trái tim của những người dân tin tưởng và dựa dẫm vào nhà vua trải dài theo nhiều hướng.

No sólo la gente sino también la hierba y los árboles se benefician del rey debido a la virtuosidad del rey, por lo que los corazones de las personas que confían y dependen de él se extienden en varias direcciones.

019. 盖此身发 四大五常

No	Chinese		Korean		English
	Writing	Reading	Meaning	Reading	Meaning
145	盖(蓋)	gài (gě)	덮을	개	1. cover 2. shell 3. cover ~ up (gě) a Chinese surname
146	此	cǐ	이	차	this
147	身	shēn	몸	신	1. body 2. life 3. oneself
148	发(髮)	fà	터럭	발	hair
149	四	sì	넉	사	four
150	大	dà	큰	대	1. big 2. great 3. important
151	五	wǔ	다섯	오	five
152	常	cháng	항상	상	1. common 2. frequent 3. often

[盖此身发 四大五常]

人的身体发肤分属于"四大"、一言一动都要符合"五常(仁. 義. 禮. 智. 信)"。

대체로 사람의 신체는 지수화풍(地水火風)의 네 가지 근본으로 이루어져 있고, 정신은 오상(五常 : 仁, 義, 禮, 智, 信)의 도(道)를 갈고 닦는 것이다.

Generally speaking, the human body consists of four fundamentals of earth, water, fire, and wind, and the spirit is to improve the five virtues.(The five virtues that human beings must possess : benevolent, righteousness, courtesy, wisdom, faith)

概して、人の身体は地水火風の四つの根本から成り、精神は五常の道を磨くことだ。(五常 : 仁, 義, 禮, 智, 信)

Nhìn chung, cơ thể con người được tạo thành từ bốn căn nguyên của phong trào chỉ số hóa, tinh thần là việc mài giũa mức độ của năm đức tính. (Năm đức tính mà con người phải có : nhân từ, tính ngay thẳng thắn, phép lịch sự, sự thông thái, lòng tin)

En términos generales, el cuerpo humano consta de cuatro fundamentos de la tierra, el agua, el fuego y el viento, y el espíritu es mejorar las cinco virtudes.
(Cinco virtudes que un hombre debe tener : benevolente, justicia, cortesía, sabiduría, fe)

020. 恭惟鞠养 岂敢毁伤

No	Chinese		Korean		English
	Writing	Reading	Meaning	Reading	Meaning
153	恭	gōng	공손할	공	respectful
154	惟	wéi	생각할	유	1. only 2. but 3. because of
155	鞠	jū	기를	국	to bow
156	养(養)	yǎng	기를	양	1. provide for 2. to keep 3. give birth to
157	岂(豈)	qǐ	어찌	기	how
158	敢	gǎn	감히	감	1. courageous 2. to dare 3. be sure
159	毁	huǐ	헐	훼	1. to destroy 2. to burn 3. to defame
160	伤(傷)	shāng	상처	상	1. to injure 2. to hurt 3. injury

[恭惟鞠养 岂敢毁伤]

诚敬的想着父母养育之恩、哪里还敢毁坏损伤它。

낳아주시고 길러주시고 가르쳐주신 부모님의 은혜를 삼가 공손히 생각한다면 어찌 감히 (함부로) 이내 몸을 해(害)치거나 상처를 입게 할 수 있겠는가!
(그렇게 할 수 없다)

How dare you hurt yourself or hurt yourself if you respectfully consider the kindness of your parents who gave birth to you, raised you, and taught you!

生んで育て、教えてくれた両親の恩を慎んで丁寧に考えたら、どうしてすぐに体を壊したり、傷つけたりすることができようか!

Nếu suy nghĩ một cách lịch sự về ân huệ của bố mẹ đã sinh ra, nuôi dạy và dạy dỗ, thì làm thế nào bạn có thể làm tổn thương cơ thể hoặc bị tổn thương ngay lập tức!

¡Si pienso en la gracia de mis padres por haberme dado a luz, criado y enseñado, cómo puedo dañar mi cuerpo o lastimarme!
(no puedo hacer eso)

021. 女慕贞烈 男效才良

No	Chinese		Korean		English
	Writing	Reading	Meaning	Reading	Meaning
161	女	nǔ	여자	녀	1. woman 2. daughter
162	慕	mù	사모할	모	to admire
163	贞(貞)	zhēn	곧을	정	1. loyal 2. chaste 3. chastity
164	烈	liè	매울	렬	1. strong 2. upright 3. a martyr
165	男	nán	사내	남	1. male 2. son
166	效	xiào	본받을	효	1. effect 2. to imitate 3. devote ~ to
167	才	cái	재주	재	1. ability 2. talent 3. just
168	良	liáng	어질	량	1. good 2. much

[女慕贞烈 男效才良]

女子要仰慕那些持身严谨的贞妇洁女、男子要仿效那些有才能有道德的人。

여자는 곧고 바른 행실과 지조를 굳세고 단단하게 지키는 것을 사모하며, 남자는 착하고 올바른 재주와 마음씨를 본받아 배워야 한다.

Women desire to maintain upright and upright conduct and integrity, while men should learn by imitating good and upright talents and a good heart.

女は正直で正しい行いと志操を堅く堅く守ることを思慕し、男は善良で正しい才と心を見習わなければならない。

Phụ nữ khao khát hành động trung thực và tính cách không khuất phục thì đàn ông phải học được tài năng và tinh thần lương thiện.

Las mujeres aman mantenerse firmes y firmes en su conducta y sus principios rectos, y los hombres deben aprender siguiendo el buen talento y el espíritu adecuado.

022. 知过必改 得能莫忘

No	Chinese		Korean		English
	Writing	Reading	Meaning	Reading	Meaning
169	知	zhī	알	지	1. to know 2. to inform 3. knowledge
170	过(過)	guò (guo)	지날	과	1. pass through 2. to spend 3. to pass (guo) experienced action marker
171	必	bì	반드시	필	certainly
172	改	gǎi	고칠	개	1. to change 2. to alter 3. to correct
173	得	děi (dé) (de)	얻을	득	1. to need 2. must 3. will (dé) 1. get 2. to catch 3. to equal (de) structural particle: used after a verb (or adjective as main verb), linking it to following phrase indicating effect, degree, possibility etc.
174	能	néng	능할	능	1. ability 2. energy 3. capable
175	莫	mò	없을	막	1. nobody 2. nothing 3. not
176	忘	wàng	잊을	망	to forget

[知过必改 得能莫忘]

知道自己有过错、一定要改正、适合自己干的事、不要放弃。

자기 잘못을 알았으면 반드시 고쳐야 하고, 해낼 수 있는 능력을 터득했으면 잊지 말아야 한다.

If you know your mistake, you must correct it, and if you have acquired the ability to accomplish something, you must not forget it.

自分の過ちを知っていれば必ず直さなければならず、やりこなす能力を身につけたなら忘れてはならない。

Nếu biết lỗi của bản thân thì nhất định phải sửa chữa và nếu đã nắm được năng lực có thể thực hiện được thì đừng quên.

Si conoces tu error, debes corregirlo, y si has adquirido la habilidad de lograr algo, no debes olvidarlo.

023. 罔谈彼短 靡恃己长

No	Chinese		Korean		English
	Writing	Reading	Meaning	Reading	Meaning
177	罔	wǎng	그물	망	1. a net 2. dishonest 3. ignorant 4. to deceive
178	谈(談)	tán	말씀	담	to talk
179	彼	bǐ	저	피	1. that 2. the other side
180	短	duǎn	짧을	단	1. short 2. to owe 3. weakness
181	靡	mǐ (mí)	쓰러질	미	blow ~ down (mí) to waste (money)
182	恃	shì	믿을	시	to rely on
183	己	jǐ	몸	기	self
184	长(長)	cháng (zhǎng)	길	장	1. long 2. length 3. strong point (zhǎng) 1. older 2. oldist 3. head

[罔谈彼短 靡恃己长]
不要谈论别人的短处、也不要倚仗自己有长处就不思进取。

남의 단점을 말하지 말고, 나의 장점을 믿지 마라.

Don't talk about other people's shortcomings and don't believe in my strengths.

人の短所を言わないで、私の長所を信じるな。

Đừng nói nhược điểm của người khác, đừng tin vào ưu điểm của tôi.

No hables de los defectos de otras personas y no creas en tus propias fortalezas.

024. 信使可覆 器欲难量

No	Chinese		Korean		English
	Writing	Reading	Meaning	Reading	Meaning
185	信	xìn	믿을	신	1. to believe 2. believe in 3. at will
186	使	shǐ	하여금	사	1. to use 2. to make 3. to envoy
187	可	kě (kè)	옳을	가	1. to approve 2. to suit 3. can, able to (kè) 可敦[kèdūn], 　　可汗[kèhán]
188	覆	fù	뒤집힐	복	1. to overturn 2. to cover
189	器	qì	그릇	기	1. utensil 2. organ
190	欲	yù	바랄	욕	1. a desire 2. to want
191	难 (難)	nán (nàn)	어려울	난	1. hard 2. bad 3. to baffle (nàn) 1. trouble 2. to blame
192	量	liàng (liáng)	헤아릴	량	1. capacity 2. quantity 3. to estimate (liáng) 1. to measure 2. to appraise

[信使可覆 器欲难量]

诚实的话要经得起考验、器度要大。

믿음을 주는 언행은 되풀이하는 것이 옳은 일이니 그렇게 하여야 한다. 인물이란 그릇이 크고 작은 것을 헤아리는데 어려움이 있도록 하는 것이 바람직하다.

It's right to repeat what you say and do, so you must be sure to do so. It is desirable to make it difficult for a person to count the size and size of a person.

信頼を与える言行は繰り返すのが正しいのだから、そうしなければならない。人物とは、器の大小を推し量ることが困難になるようにすることが望ましい。

Việc lặp lại lời nói và hành động mang lại niềm tin là việc đúng đắn nên làm như vậy. Thật tốt nếu bạn gặp khó khăn trong việc đếm số lượng lớn và nhỏ của một người.

Es correcto repetir palabras y hechos que dan credibilidad, por eso debemos hacerlo. Es deseable que una persona sea difícil de comprender lo grande y pequeño del recipiente.

025. 墨悲丝染 诗赞羔羊

No	Chinese		Korean		English
	Writing	Reading	Meaning	Reading	Meaning
193	墨	mò	먹	묵	1. ink 2. calligraphy and painting 3. learning
194	悲	bēi	슬플	비	1. sad 2. compassionate
195	丝(絲)	sī	실	사	1. silk 2. thread
196	染	rǎn	물들일	염	1. to dye 2. to contract 3. to catch
197	诗(詩)	shī	시	시	poetry
198	赞(讚)	zàn	기릴	찬	1. to assist 2. to commend 3. to eulogy
199	羔	gāo	새끼양	고	a lamb, young
200	羊	yáng	양	양	sheep

[墨悲丝染 诗赞羔羊]

墨翟悲叹白丝被染上了杂色、《诗经》赞颂羔羊能始终保持洁白如一。

묵적(墨翟)은 실에 물들이는 것을 보고 슬퍼하였고, 시경(詩經)에서는 교화된 양 같은 품성(品性)을 찬양하였다.

Mo Di was sad to see the thread colored, and at Shijing praised character like an edified sheep.

墨翟は糸に染めるのを見て悲しみ、詩經では教化されたような品性を称えた。

Mo Đi đã buồn khi nhìn thấy việc nhuộm vào sợi chỉ, và Shijing đã ca ngợi tính cách giống như một con cừu được giáo hóa.

Mo Di estaba triste al ver teñirse el hilo, y en Shijing elogió el carácter civilizado de la oveja.

026. 景行维贤 克念作圣

No	Chinese Writing	Chinese Reading	Korean Meaning	Korean Reading	English Meaning
201	景	jǐng	경치	경	1. scenery 2. situation 3. scene
202	行	xíng (háng)	다닐	행	1. to walk 2. be current 3. to do (háng) 1. row 2. profession 3. firm
203	维 (維)	wéi	바	유	1. hold ~ together 2. maintain 3. dimension
204	贤 (賢)	xián	어질	현	1. virtuous 2. virtuous person
205	克	kè	이길	극	1. to restrain 2. to overcome 3. gram
206	念	niàn	생각할	념	1. to read 2. to study 3. to miss
207	作	zuò (zuō)	지을	작	1. to rise 2. to write 3. to pretend (zuō) workshop
208	圣 (聖)	shèng	성인	성	1. holy 2. sage 3. emperor

[景行维贤 克念作圣]

行善当仁、败善当仁、能打消邪恶思想、就能圣仁。

행실을 훌륭하게 하고 당당하게 행하면 어진 사람이 될 수 있고 사악한 생각을 물리치면 성인(聖人)이 될 수 있다.

If you act well and confidently, you can become a benevolent person, and if you defeat evil thoughts, you can become a saint.

行いを立派にし、堂々とすれば善良な人になり、邪悪な考えを退ければ聖人になれる。

Nếu bạn hành động tốt và tự hào, bạn có thể trở thành một người có đạo đức, và nếu bạn đánh bại những suy nghĩ xấu, bạn có thể trở thành một vị thánh.

Si actúas bien y confiadamente, puedes convertirte en una persona benevolente, y si derrotas pensamientos malos, puedes convertirte en un santo.

027. 德建名立 形端表正

No	Chinese		Korean		English
	Writing	Reading	Meaning	Reading	Meaning
209	德	dé	큰	덕	1. morality 2. kindness 3. Germany
210	建	jiàn	세울	건	1. to build 2. to found 3. to propose
211	名	míng	이름	명	1. name 2. reputation 3. famous
212	立	lì	설	립	1. to stand 2. stand ~ up 3. set ~ up
213	形	xíng	형상	형	1. shape 2. body 3. to appear
214	端	duān	끝	단	1. end 2. beginning 3. aspect
215	表	biǎo	겉	표	1. watch 2. meter 3. form
216	正	zhèng	바를	정	1. straight 2. main 3. right

[德建名立 形端表正]

养成了好的道德、就会有好的名声、就如同形体端庄了、仪表就正直了一样。

오상(五常)의 덕을 이루어 성현의 이름에 나란히 서게 되고 행동과 자세는 단정히 하여야 하고 표정은 바로 잡아야 한다.

You have to stand side by side in the name of saint by performing the five virtues, keep your actions and posture neat, and correct your facial expressions.

五常の徳を成し、聖賢の名に並ぶようになり、行動と姿勢は端正にしなければならず、表情は正さなければならない。

Đạt được ngũ đức, xứng đáng với danh nghĩa của thánh hiền, hành động và tư thế phải gọn gàng, biểu cảm phải chỉnh sửa.

Usted tiene que estar lado a lado en el nombre de santo realizando las cinco virtudes, mantener sus acciones y postura limpia, y corregir sus expresiones faciales.

028. 空谷传声 虚堂习听

No	Chinese		Korean		English
	Writing	Reading	Meaning	Reading	Meaning
217	空	kōng (kòng)	빌	공	1. empty 2. sky 3. for nothing (kòng) 1. to leave ~ empty 2. vacant 3. space
218	谷	gǔ	골	곡	1. valley 2. grain 3. millet
219	传(傳)	chuán (zhuàn)	전할	전	1. hand ~ down 2. pass ~ on 3. to spread (zhuàn) 1. biography 2. tale
220	声(聲)	shēng	소리	성	1. sound 2. reputation 3. tone (of Chinese phonetics)
221	虚	xū	빌	허	empty, void, devoid of content
222	堂	táng	집	당	hall
223	习(習)	xí	익힐	습	1. to practise (Brit) 2. be used to (Am) 3. custom
224	听(聽)	tīng	들을	청	1. listen to 2. to obey 3. to supervise

[空谷传声 虚堂习听]

空旷的山谷中呼喊声传得很远、宽敞的厅堂里说话声非常清晰。

빈 골짜기에서도 소리는 전해지고, 빈 집도 듣는 버릇이 있다.

Even in the empty valley, the sound is transmitted, and the empty house is a habit of listening.

空谷からも音は伝わるし、空家も聞く癖がある。

Âm thanh được truyền lại từ thung lũng trống, nhà trống cũng có thói quen.

Incluso en el valle vacío, el sonido se transmite, y la casa vacía es un hábito de escuchar.

029. 祸因恶积 福缘善庆

No	Chinese Writing	Chinese Reading	Korean Meaning	Korean Reading	English Meaning
225	祸(禍)	huò	재앙	화	1. misfortune 2. to harm
226	因	yīn	인할	인	1. because 2. because of 3. cause
227	恶(惡)	è (wù) (wū)	악할	악	1. evil 2. ferocious (wù) to loathe (wū) 1. same as 乌 (wū), used in rhetorical questions 2. an exclamation expressing surprise
228	积(積)	jī	쌓을	적	1. to accumulate 2. long-standing 3. product
229	福	fú	복	복	good fortune
230	缘(緣)	yuán	인연	연	1. cause 2. fate 3. edge
231	善	shàn	착할	선	1. kind 2. good 3. friendly
232	庆(慶)	qìng	경사	경	1. to celebrate 2. festival

[祸因恶积 福缘善庆]

灾祸是作恶多端的结果、福禄是乐善好施的回报。

재화(災禍)는 나쁜 짓을 쌓으므로 인해서 이루어지고, 복(福)은 선행(善行)과 경사(慶事)스러운 일에 연유해서 얻어진다.

Disaster is caused by the accumulation of evil deeds, and blessings are obtained by good deeds and joy.

災禍は悪事を積むことによって成立し、福は善行と慶事に因んで得られる。

Thảm họa được thực hiện bởi việc làm những việc xấu, và phúc lợi được nhận từ những việc tốt và việc tốt.

El desastre es causado por la acumulación de malas obras, y las bendiciones son obtenidas por las buenas obras y la alegría.

030. 尺璧非宝 寸阴是竞

No	Chinese		Korean		English
	Writing	Reading	Meaning	Reading	Meaning
233	尺	chǐ (chě)	자	척	1. unit of length, equal to a third of a meter 2. ruler (chě) note of the scale in traditional Chinese musical notation, 工尺 (gōngchě)
234	璧	bì	구슬	벽	jade annulus
235	非	fēi	아닐	비	1. wrong 2. Africa 3. to blame
236	宝 (寶)	bǎo	보배	보	1. treasure 2. precious
237	寸	cùn	마디	촌	1. unit of length, approximately 3 cm 2. tiny
238	阴 (陰)	yīn	그늘	음	1. overcast 2. secret 3. insidious
239	是	shì	바를	시	1. to be 2. right 3. yes
240	竞 (競)	jìng	다툴	경	to compete

[尺璧非宝 寸阴是竞]
一尺长的美玉不能算是真正的宝贝、而即使是片刻时光也值得珍惜。

한 자(30cm)나 되는 구슬이 보배가 아니며 짧은 시간도 겨루다시피 소중히 여기는 것은 옳은 일이다.

A single ruler (30cm) bead is not a treasure, and it should be cherished even for a short time.

一尺にもなる玉が宝ではなく、短い時間で競うように大事にするのは正しいことだ。

Viên ngọc dài 30cm không phải là báu vật, dù chỉ trong một thời gian ngắn cũng phải được trân trọng.

Las cuentas de caracteres chinos (30cm) no son tesoros, y hay que valorarlas incluso por un corto tiempo.

031. 资父事君 曰严与敬

No	Chinese		Korean		English
	Writing	Reading	Meaning	Reading	Meaning
241	资(資)	zī	재물	자	1. money 2. ability 3. qualifications plural
242	父	fù	아비	부	1. father 2. senior male relative
243	事	shì	일	사	1. thing 2. accident 3. trouble
244	君	jūn	임금	군	1. monarch 2. Mr.
245	曰	yuē	가로	왈	1. to say 2. to be called
246	严(嚴)	yán	엄할	엄	1. tight 2. strict 3. severe
247	与(與)	yǔ (yù)	줄	여	1. to give 2. with 3. and (yù) take part in
248	敬	jìng	공경할	경	1. to respect 2. to offer 3. respectful

[资父事君 曰严与敬]

以帮助父亲的心态侍奉国王、是指对国家的忠诚和高仰国王的恭敬心。

아버지를 도와드리는 마음으로 임금님을 섬긴다는 것은 나라에 대한 엄숙한 충성심과 더불어 임금님을 높이 받드는 공경심을 이르는 말이다.

Serving the king with a heart of helping his father is a word that refers to loyalty to the country and respect for the king.

父を助ける気持ちで王に仕えるということは、国に対する忠誠心と王に対する敬虔さを指す言葉である。

Việc phục vụ nhà vua với tấm lòng giúp đỡ cha là lời nói thể hiện lòng trung thành với đất nước và lòng tôn kính tôn trọng nhà vua.

Servir al rey con el corazón de ayudar a su padre es una palabra que va hasta la lealtad al país y el respeto al rey.

032. 孝当竭力 忠则尽命

No	Chinese		Korean		English
	Writing	Reading	Meaning	Reading	Meaning
249	孝	xiào	효도	효	1. be dutiful 2. filial piety
250	当(當)	dāng (dàng)	마땅할	당	1. should 2. in front of 3. act as (dàng) 1. appropriate 2. treat ~ as 3. to assume
251	竭	jié	다할	갈	use ~ up
252	力	lì	힘	력	1. force 2. strength 3. physical strength
253	忠	zhōng	충성	충	faithful
254	则(即)	zé	곧	즉	1. standard 2. rule 3. piece
255	尽(盡)	jìn (jǐn)	다할	진	1. to exhaust 2. go to extremes 3. use ~ to the full (jǐn) 1. as far as possible 2. most 3. constantly
256	命	mìng	목숨	명	1. life 2. fate 3. lifespan

[孝当竭力 忠则尽命]

孝顺父母应当竭尽全力、忠于君主主要不惜献出生命。

효도는 마땅히 부모를 모시는 일에 있는 힘을 다하는 것이고, 충성(忠誠)은 나라와 임금을 위하여 목숨을 바치는 것이다.

Filial piety is to do all one's best to serve one's parents, and loyalty is to sacrifice one's life for the sake of the nation and the king.

親孝行は親の面倒を見ることに全力を尽くすことであり、忠誠は国と王のために命を捧げることである。

hiếu thảo là tất cả sức lực trong việc phục vụ cha mẹ, trung thành hy sinh tính mạng cho vua và đất nước.

La piedad filial es hacer todo lo posible para servir a sus padres, y la lealtad es dar su vida por el país y el rey.

033. 临深履薄 夙兴温凊

No	Chinese Writing	Chinese Reading	Korean Meaning	Korean Reading	English Meaning
257	临(臨)	lín	임할	림	1. to face 2. to reach 3. be about to
258	深	shēn	깊을	심	1. deep 2. remote 3. difficult
259	履	lǚ	밟을	리	1. shoe 2. step 3. walk on
260	薄	bó (báo)	얇을	박	1. weak 2. meagre 3. mean (báo) 1. thin 2. weak 3. cold
261	夙	sù	일찍	숙	1. early 2. old
262	兴(興)	xīng	일	흥	1. to prosper 2. be popular 3. to promote
263	温(溫)	wēn	따뜻할	온	1. warm 2. mild 3. warm ~ up
264	凊(凊)	qìng	서늘할	청	cool

[临深履薄 夙兴温凊]

要"如临深渊、如履薄冰"那样小心谨慎、要早起晚睡、伺候父母让他们感到冬暖夏凉。

깊은 물가에 있거나 얇은 얼음 위를 밟는 것과 같은 근심과 걱정으로 부모를 살펴 모시고, 일찍 일어나서 문안드릴때 방안이 따스한지 서늘한지 살펴야 한다.

You should take your parents with the same mind as standing next to deep water or stepping on thin ice, and check if the room is warm or cold when you wake up early to greet them.

深い水辺にいたり、薄い氷の上を踏むような心配で親に面倒を見、早起きして見舞う時、部屋の中が暖かいか涼しいかをよく見なければならない。

Bạn nên đưa bố mẹ đến với tâm trạng giống như đang đứng trên bờ nước sâu hoặc dẫm lên băng mỏng. Khi thức dậy sớm và chào buổi sáng, bạn cũng nên kiểm tra xem phòng ấm hay lạnh.

Hay que acompañar a los padres con el mismo corazón que estar de pie junto a aguas profundas o pisar un fino hielo, y al levantarse temprano para saludarlos, hay que ver si la habitación está caliente o fría.

034. 似兰斯馨 如松之盛

No	Chinese		Korean		English
	Writing	Reading	Meaning	Reading	Meaning
265	似	sì	닮을	사	1. be like 2. apparently 3. than
266	兰 (蘭)	lán	난초	란	orchid
267	斯	sī	이	사	1. all, every 2. is, are 3. otherwise, but, however
268	馨	xīn	향기로울	형	strong fragrance
269	如	rú	같을	여	1. comply with 2. be like 3. be as good as
270	松	sōng	소나무	송	1. pine tree 2. to relax 3. a condiment made of finely shredded preserved meat
271	之	zhī	갈	지	1. is 2. to arrive 3. to go 4. all 5. and 6. genetive marker 7. of
272	盛	shèng (chéng)	성할	성	1. flourishing 2. intense 3. grand (chéng) 1. ladle ~ out 2. to contain

[似兰斯馨 如松之盛]

让自己的德行像兰草那样的清香、像松柏那样的茂盛。

난초의 향기가 멀리까지 풍기는 것과 같고, 소나무가 변함없이 무성한 모습과 같다.

The scent of orchids is like a far-flung smell, and the pine trees look as thick as ever.

蘭の香りが遠くまで漂っているのと同じで、松の木が相変わらず生い茂っている姿のようだ。

Mùi hương của cây lan tỏa đến tận nơi xa xôi, cây thông vẫn như xưa.

Es como si el olor de las orquídeas hubiera llegado lejos y los pinos fueran siempre frondosos.

035. 川流不息 淵澄取映

No	Chinese Writing	Chinese Reading	Korean Meaning	Korean Reading	English Meaning
273	川	chuān	내	천	1. river 2. plain
274	流	liú	흐를	류	1. to flow 2. to spread 3. change for the worse
275	不	bù	아니	불	1. not 2. no
276	息	xī	쉴	식	1. breath 2. news singular 3. interest
277	渊(淵)	yuān	못	연	1. deep 2. deep pool
278	澄	chéng (dèng)	맑을	징	1. clear 2. make ~ clear (dèng). (of liquid) to settle
279	取	qǔ	취할	취	1. to take 2. to obtain 3. to adopt
280	映	yìng	비칠	영	to reflect

[川流不息 渊澄取映]

还能延及子孙、像大河川流不息、影响世人、像碧潭清澄照人。

개천의 물은 쉬지 않고 흐르고 연못의 맑은 물은 바닥 속까지 비추어 볼 수가 있다.

The stream's water flows nonstop and clear water can be seen to the bottom of the floor.

小川の水は休まずに流れ、澄んだ水は床の中まで照らすことができる。

Nước suối chảy không ngừng nghỉ và nước trong có thể chiếu sáng đến tận đáy.

El agua del arroyo fluye sin cesar y el agua clara del estanque se puede ver hasta el fondo.

036. 容止若思 言辞安定

No	Chinese		Korean		English
	Writing	Reading	Meaning	Reading	Meaning
281	容	róng	얼굴	용	1. to fit 2. to tolerate 3. to allow
282	止	zhǐ	그칠	지	1. to stop 2. end 3. only
283	若	ruò	같을	약	1. be like 2. if
284	思	sī	생각할	사	1. to think 2. to miss 3. to hope
285	言	yán	말씀	언	1. to speak 2. speech 3. words plural
286	辞(辭)	cí	말씀	사	1. diction 2. bid ~ farewell 3. early form of classical Chinese poetry
287	安	ān	편안할	안	1. quiet 2. safe 3. to calm
288	定	dìng	정할	정	1. calm 2. settled 3. fixed

[容止若思 言辞安定]

仪容举止要沉静安详、言语措辞要稳重、显得从容沉静。

용모와 행동거지는 깊이 생각한대로 하고, 말은 편안하도록 하여야 한다.

Appearance and behavior should be done after deep thought, and words should be comfortable.

容貌と行動はよく考えた通りにし、言葉は楽にするようにしなければならない。

Diện mạo và hành động phải được suy nghĩ kỹ, lời nói phải thoải mái.

La apariencia y el comportamiento deben hacerse después de reflexionar profundamente, y las palabras deben sentirse cómodas.

037. 笃初诚美 慎终宜令

No	Chinese		Korean		English
	Writing	Reading	Meaning	Reading	Meaning
289	笃(篤)	dǔ	도타울	독	1. sincere 2. critical
290	初	chū	처음	초	1. original 2. first 3. primary
291	诚(誠)	chéng	정성	성	1. honest 2. really
292	美	měi	아름다울	미	1. beautiful 2. good 3. be pleased with oneself
293	慎(愼)	shèn	삼갈	신	careful
294	终(終)	zhōng	끝날	종	1. to die 2. in the end 3. all
295	宜	yí	마땅할	의	suitable
296	令	lìng	하여금	령	1. order 2. drinking game 3. season

[笃初诚美 慎终宜令]

无论修身、求学、重视开头固然不错、认真去做、有好的结果更为重要。

처음 시작을 두텁고 굳게 다지는 것은 진실로 아름다운 일이며, 끝 마무리를 삼가(조심)한다는 것은 마땅히 그렇게 하여야 하는 것이다.

It is truly beautiful to start with a thick and firm start, and it should be done to be careful of the end.

始まりを厚く堅く固めることは本当に美しいことであり、終わりに気をつけるということは当然そうしなければならないのだ。

Việc bắt đầu một cách mạnh mẽ và chắc chắn thực sự là một điều đẹp đẽ, và việc cẩn thận với kết thúc là việc đương nhiên.

Es realmente hermoso tener un comienzo grueso y sólido, y tener cuidado con el final es algo que debe ser.

038. 荣业所基 籍甚无竟

No	Chinese		Korean		English
	Writing	Reading	Meaning	Reading	Meaning
297	荣(榮)	róng	영화	영	1. flourishing 2. thriving 3. glorious
298	业(業)	yè	업	업	1. industry 2. job 3. studies plural
299	所	suǒ	바	소	1. place 2. office
300	基	jī	터	기	1. base 2. primary
301	籍	jí	호적	적	1. native place 2. book 3. register
302	甚	shèn	심할	심	1. extreme 2. very
303	无(無)	wú	없을	무	1. not have 2. never mind 3. not
304	竟	jìng	마침내	경	1. to finish 2. in the end 3. actually

[荣业所基 籍甚无竟]
这是一生荣誉的事业的基础、有此根基、发展就没有止境。

영예스러운 업적을 누린다는 것은 그만한 기초를 다진 까닭이 있기 때문이고, 그 명성은 세상에 끝없이 넓게 퍼지고 있다.

It is because there is a reason for the establishment of such an honorable achievement, and its reputation is spreading endlessly in the world.

栄えある業績を享受するというのはそれだけの基礎を固めた理由があるからであり、その名声は世の中に果てしなく広がっている。

Việc tận hưởng những thành tựu danh dự là vì lý do tạo nên nền tảng như vậy, danh tiếng đó đang lan rộng không ngừng trên thế giới.

Disfrutar de logros honorables es porque hay una razón para tener tal base. Su reputación se extiende sin cesar por el mundo.

039. 学优登仕 摄职从政

No	Chinese Writing	Chinese Reading	Korean Meaning	Korean Reading	English Meaning
305	学(學)	xué	배울	학	1. to study 2. to imitate 3. learning
306	优(優)	yōu	넉넉할	우	1. excellent 2. abundant 3. give ~ preferential treatment
307	登	dēng	오를	등	1. go up 2. to publish 3. to pedal
308	仕	shì	벼슬	사	to serve as an official
309	摄(攝)	shè	잡을	섭	1. to absorb 2. take a photo 3. act for
310	职(職)	zhí	벼슬	직	1. post 2. duty
311	从(從)	cóng	좇을	종	1. to follow 2. comply with 3. participate in
312	政	zhèng	정사	정	1. politics singular 2. affairs plural

[学优登仕 摄职从政]

书读好了就能做官、可以行使职权参加国政。

배움이 넉넉하면 벼슬길에 올라 관직을 떠맡아 나라 다스리는 일에 종사할 수 있다.

If you have sufficient learning, you can go on a government career and take over government posts to work in governing the country.

学問が豊かなら、官職について官職を引き受けて国を治めることに従事できる。

Nếu học tập đủ, bạn có thể lên làm quan chức và làm việc trong việc cai trị đất nước.

Si el aprendizaje es suficiente, puede subir a un puesto gubernamental y dedicarse a gobernar el país.

040. 存以甘棠 去而益咏

No	Chinese Writing	Chinese Reading	Korean Meaning	Korean Reading	English Meaning
313	存	cún	있을	존	1. to exist 2. to store 3. to save
314	以	yǐ	써	이	1. to use 2. by 3. for
315	甘	gān	달	감	1. sweet 2. fortunate 3. willingly
316	棠	táng	아가위	당	cherry-apple
317	去	qù	갈	거	1. to go 2. get rid of 3. be apart
318	而	ér	말 이을	이	1. and 2. but 3. if
319	益	yì	더할	익	1. benefit 2. beneficial 3. to increase
320	咏(詠)	yǒng	읊을	영	1. to chant, to intone, to sing 2. to narrate in poetic form, to express in poetic form 3. poetry

[存以甘棠 去而益咏]

没有砍掉甘棠树、而是原封不动地保存下来、在他离开后,百姓们还写甘棠诗、唱着更多的歌吟。

감당나무를 베지 않고 그대로 보존하여 그가 떠나간 다음에도 백성들은 감당시를 지어 더욱 많이 노래하며 읊었다.

The gan tang tree was preserved without being cut down, and even after he left, the people made gan tang poems and sang and recited more.

甘棠の木を切らずにそのまま保存し、彼が去った後も民は甘棠詩を作り、より多く歌いながら詠みました。

Cây gantang được bảo quản nguyên vẹn mà không bị chặt, sau khi ông ra đi, bách tính vẫn làm thơ gantang và ngâm nga nhiều hơn.

El gan tang fue preservado sin ser cortado, y incluso después de que él se fuera, la gente hizo gan tang poemas y cantó y recitaba más.

041. 乐殊贵贱 礼别尊卑

No	Chinese		Korean		English
	Writing	Reading	Meaning	Reading	Meaning
321	乐(樂)	lè (yuè)	풍류	악	1. happy 2. take pleasure in 3. to laugh (yuè) music
322	殊	shū	다를	수	1. different 2. special
323	贵(貴)	guì	귀할	귀	1. expensive 2. valuable
324	贱(賤)	jiàn	천할	천	1. cheap 2. lowly 3. contemptible
325	礼(禮)	lǐ	예도	례	1. ceremony 2. courtesy 3. present
326	别	bié	다를	별	1. to separate, to divide, part from 2. other, different, differentiate, special
327	尊	zūn	높을	존	1. senior 2. to respect
328	卑	bēi	낮을	비	1. humble 2. inferior

[乐殊贵贱 礼别尊卑]

风流根据身份珍贵和卑贱而有所差异、礼法则根据地位高低而有所差别。

풍류(風流)에는 신분이 귀하고 천함에 따라 차이(差異)가 있고, 예법(禮法)에는 지체가 높고 낮음에 따라 차별(差別)이 있다.

In taste for the arts, there is a difference according to the attribution of status, and in etiquette, there is discrimination according to the high and low status.

風流には身分の貴さや卑しい人によって違いがあり、礼法には地体の高低によって違いがある。

Về sở thích nghệ thuật, có sự khác biệt tùy thuộc vào quy tắc địa vị, và về phép lịch sự, có sự phân biệt đối xử theo địa vị cao và thấp.

En el gusto por las artes, hay una diferencia según la atribución del estatus, y en la etiqueta, hay discriminación según el estatus alto y bajo.

042. 上和下睦 夫唱妇随

No	Chinese Writing	Chinese Reading	Korean Meaning	Korean Reading	English Meaning
329	上	shàng	위	상	1. upper part 2. go up 3. to go
330	和	hé (huò) (huó)	화할	화	1. and 2. with 3. mild (huò) to mix (huó) mix ~ with liquid
331	下	xià	아래	하	1. go down 2. to fall 3. to issue 4. an aspect 5. bottom 6. humble, lowly
332	睦	mù	화목할	목	1. amicable 2. get on
333	夫	fū	지아비	부	1. husband 2. man 3. manual worker
334	唱	chàng	노래 부를	창	1. to sing 2. to cry
335	妇(婦)	fù	며느리	부	1. woman 2. married woman 3. wife
336	随(隨)	suí	따를	수	1. to follow 2. go along with 3. let ~ do as they like

[上和下睦 夫唱妇随]

向下要和睦相处、夫妇要一唱一随、协调和谐。

윗사람은 아랫사람에게 온화한 마음씨와 정으로 대하고 아랫사람은 윗사람에게 존경과 복종의 믿음을 주며, 남편이 앞장을 서면 아내(妻)는 이에 따라야 한다.

The superior should treat his subordinates with a gentle heart and affection, and the subordinate should give respect and obedience to his superiors, and the wife should follow suit when the husband takes the lead.

目上の人は目下の人に温和な心と情で接し、目下の人は目上の人に尊敬と服従の信頼を与え、夫が率先すれば妻はこれに従わなければならない。

Người trên đối xử với người dưới một tấm lòng dịu dàng và tình cảm, người dưới tôn trọng và tin tưởng phục tùng người trên, người vợ phải tuân theo khi chồng đứng đầu.

Los superiores tratan a los inferiores con un corazón amable y afectuoso, y los inferiores le dan respeto y obediencia, y cuando el marido se pone delante, la esposa debe obedecer.

043. 外受傅训 入奉母仪

No	Chinese		Korean		English
	Writing	Reading	Meaning	Reading	Meaning
337	外	wài	바깥	외	1. outside 2. foreign country 3. foreign
338	受	shòu	받을	수	1. to receive 2. to suffer 3. to bear
339	傅	fù	스승	부	teacher
340	训(訓)	xùn	가르칠	훈	1. to teach 2. to train 3. rule
341	入	rù	들	입	1. to enter 2. to join 3. agree with
342	奉	fèng	받들	봉	1. to present 2. to receive 3. to respect
343	母	mǔ	어미	모	1. mother 2. origin 3. female
344	仪(儀)	yí	거동	의	1. appearance 2. ceremony 3. gift

[外受傅训 入奉母仪]
男人到外面去接受老师的教导、女人在家里学习母亲的一举一动。

남자는 밖에 나가 스승의 가르침을 받고, 여자는 집안에서 어머니의 일거일동을 본받으며 배운다.

Men go out and learn from their teachers, and women learn from their mothers in the home.

男は家庭で母の一挙一動を見習い、先生の教えを受け、女は家庭で母の一挙一動を見習って学ぶ。

Người đàn ông ra ngoài học theo sự dạy dỗ của giáo viên và phụ nữ học theo mọi hành động của mẹ trong nhà.

Los hombres salen y aprenden de sus maestros, y las mujeres aprenden de sus madres en el hogar.

044. 诸姑伯叔 犹子比儿

No	Chinese Writing	Chinese Reading	Korean Meaning	Korean Reading	English Meaning
345	诸(諸)	zhū	모두	제	all
346	姑	gū	고모	고	1. aunt 2. sister-in-law 3. nun
347	伯	bó	맏	백	1. uncle 2. eldest brother 3. earl
348	叔	shū	아재비	숙	uncle
349	犹(猶)	yóu	같을	유	1. be like 2. still
350	子	zǐ	아들	자	1. son 2. person 3. seed
351	比	bǐ	견줄	비	1. to compare 2. to compete 3. to copy
352	儿(兒)	ér	아이	아	1. child 2. youngster 3. son

[诸姑伯叔 犹子比儿]

姑伯叔父都是父亲的兄弟姐妹。因此，侄子们也要和自己的孩子比肩对待。

고모, 백부, 숙부는 모두 아버지의 형제자매들이다. 그러기에 조카들도 자기 자식과 견주어 차별없이 다루어야 한다.

My father's brothers and sisters are my aunts and uncles. Therefore, they must treat their nephews the same way as their children without discrimination.

叔母、伯父、叔父は皆父の兄弟姉妹だ。甥や姪らも自分の子供に比べて差別なく扱わなければならない。

Dì, ông nội và chú đều là anh chị em của bố. Vì vậy, cháu cũng phải đối xử không phân biệt đối xử với con cái của mình.

Mis tías y tíos son todos hermanos y hermanas de mi padre. Por lo tanto, deben tratar a sus sobrinos igual que a sus hijos sin discriminación.

045. 孔怀兄弟 同气连枝

No	Chinese		Korean		English
	Writing	Reading	Meaning	Reading	Meaning
353	孔	kǒng	구멍	공	hole
354	怀(懷)	huái	품을	회	1. bosom 2. mind 3. to think of
355	兄	xiōng	맏	형	brother
356	弟	dì	아우	제	younger brother
357	同	tóng	한가지	동	1. be the same 2. do ~ together 3. with
358	气(氣)	qì	기운	기	1. gas 2. air 3. breath
359	连(連)	lián	연결할	연	1. to connect, to link 2. in succession 3. including
360	枝	zhī	가지	지	branch

[孔怀兄弟 同气连枝]

兄弟之间是彼此心切的关系、同是带着父母的气韵出生的、所以就像一棵棵接连伸出的树枝。

형제간에는 서로가 간절히 생각하는 사이이고, 같은 부모의 기운을 안고 태어났기 때문에 한 줄기나무에서 연달아 뻗어 나오는 가지와도 같다.

Brothers are like a branch that stretches out from a tree in succession because they are close to each other and were born with the energy of the same parents' energy.

兄弟の間には互いに思いを寄せる間柄であり、同じ親の気運を抱いて生まれたので、一筋の木からどんどん伸びてくる枝のようなものである。

Giống như một cành cây vươn ra liên tục từ một cây thông vì quan hệ anh em rất quan tâm lẫn nhau và sinh ra cùng một cha mẹ.

Los hermanos son como ramas que se extienden de un solo tronco porque son unos de otros que se preocupan mucho y nacen con la \energía de sus mismos padres.

046. 交友投分 切磨箴規

No	Chinese Writing	Chinese Reading	Korean Meaning	Korean Reading	English Meaning
361	交	jiāo	사귈	교	1. hand ~ in 2. to pay 3. to entrust
362	友	yǒu	벗	우	1. friend 2. friendly
363	投	tóu	던질	투	1. to throw 2. put ~ in 3. throw oneself
364	分	fēn (fèn)	나눌	분	1. to divide 2. to assign 3. to distinguish (fèn) 1. component 2. limit 3. feelings plural
365	切	qiē (qiè)	끊을	절	to cut (qiè) 1. correspond to 2. eager 3. definitely
366	磨	mó (mò)	갈	마	1. to rub 2. to grind 3. wear ~ down (mò) 1. mill 2. to grind
367	箴	zhēn	경계	잠	to advise
368	规(規)	guī	법	규	1. compasses plural 2. rule 3. to admonish

[交友投分 切磨箴规]

与朋友真正的交往是当彼此的信任形成交感时、以这种情分形成、以学问和德行为磨练、互相劝诫对方不要犯错、努力走上正确的道路。

벗과의 진정한 사귐은 서로 간의 믿음의 마음이 교감을 이루었을 때 그 정분으로 이루어지고, 학문과 덕행을 갈고 닦으며 서로가 잘못이 없도록 경계하고 올바른 길로 나아가도록 권하며 힘쓴다.

A true relationship with friends is made up of the friendship when the hearts of faith in each other communicate, and they work hard to sharpen their learning and virtue, to guard against each other's wrongdoings and encourage each other to go the right way.

友達との真の付き合いは、互いの信頼の心が交感を成した時、その絆で結ばれ、学問と徳行を磨き、互いに過ちがないよう警戒して正しい道に進むように勧め、努力する。

Mối quan hệ thực sự với bạn bè được thực hiện bằng tình cảm đó khi trái tim tin tưởng lẫn nhau được giao thiệp, rèn luyện học tập và đạo đức, cảnh giác để không có lỗi của nhau và cố gắng đi đúng hướng.

La verdadera amistad con los amigos se logra con esa amistad cuando los corazones de la fe se comunican entre sí, intercambian conocimientos y virtudes, se cuidan entre sí para que no se equivoquen y se animan a seguir el camino correcto.

047. 仁慈隐恻 造次弗离

No	Chinese		Korean		English
	Writing	Reading	Meaning	Reading	Meaning
369	仁	rén	어질	인	1. benevolence 2. kernel
370	慈	cí	인자할	자	kind
371	隐 (隱)	yǐn	숨을	은	1. to conceal 2. hidden 3. secret
372	恻 (惻)	cè	슬퍼할	측	sorrowful
373	造	zào	지을	조	1. to make 2. to concoct 3. to arrive
374	次	cì	버금	차	1. ranking 2. second 3. inferior
375	弗	fú	말	불	no, not, almost the same as '不'
376	离 (離)	lí	떠날	리	1. to leave 2. be far away from 3. do without

[仁慈隐恻 造次弗离]

仁心怜悯之心、一刻也不能离开心头。

어질고 착한 마음과 가엾이 여기는 마음은 잠시라도 마음속에서 떠나지 말아야 한다.

We should not leave our hearts for a moment, even if it is not for good and for pitying.

善良で善良な心と哀れに思う心は、少しの間でも心の中から離れてはならない。

Một trái tim hiền lành và tốt bụng và một trái tim thương hại không được rời khỏi trái tim dù chỉ là một giây phút.

Un corazón amable y compasivo no debe salir de su mente ni por un momento.

048. 节义廉退 颠沛匪亏

No	Chinese Writing	Chinese Reading	Korean Meaning	Korean Reading	English Meaning
377	节(節)	jié	마디	절	1. joint 2. paragraph 3. festival
378	义(義)	yì	옳을	의	1. righteousness 2. human relationship plural 3. meaning
379	廉	lián	청렴	렴	1. honest 2. cheap
380	退	tuì	물러날	퇴	1. to retreat 2. cause ~ to withdraw 3. to quit
381	颠(顛)	diān	넘어질	전	1. to jolt 2. to fall 3. top (of the head)
382	沛	pèi	자빠질	패	1. fall down, to tumble 2. copious 3. be full of
383	匪	fěi	아닐	비	1. robber 2. not
384	亏(虧)	kuī	이지러질	휴	1. to lose 2. to lack 3. allow ~ to suffer losses

[节义廉退 颠沛匪亏]

节义清退、君子当小心、在跌跌撞撞的紧急状况下也不能忘记这一点。

절개와 의리와 청렴함과 겸손함은 군자가 조심하여야 할 일이다. 이는 넘어지고 자빠지는 다급한 상황에서도 잊어서는 안 된다.

A gentleman must be careful of fidelity, loyalty, integrity, and humility. It should not be forgotten even in an urgent situation where it falls and falls.

節義と清廉さと謙退は、君子が注意しなければならないことだ。これは倒れたり倒れたりする差し迫った状況でも忘れてはならない。

Sự tiết kiệm, nghĩa vụ, liêm chính và khiêm tốn là việc quân nhân phải cẩn thận. Điều này không được quên ngay cả trong tình huống khẩn cấp khi ngã và ngã.

Un caballero debe tener cuidado con la fidelidad, lealtad, integridad y humildad. No debe olvidarse incluso en una situación urgente en la que cae y cae.

049. 性静情逸 心动神疲

No	Chinese		Korean		English
	Writing	Reading	Meaning	Reading	Meaning
385	性	xìng	성품	성	1. character 2. function 3. gender
386	静(靜)	jìng	고요할	정	1. still 2. quiet
387	情	qíng	뜻	정	1. feeling 2. kindness 3. love
388	逸	yì	편안할	일	1. leisurely 2. lost 3. to escape
389	心	xīn	마음	심	1. heart 2. mind 3. centre (Brit), center
390	动(動)	dòng	움직일	동	1. to move 2. to act 3. to use
391	神	shén	귀신	신	1. God 2. spirit 3. amazing
392	疲	pí	지칠	피	1. tired 2. tired of

[性静情逸 心动神疲]

性情恬谧、心安理得、心荡神疲。

성품이 고요하면 마음이 편안하고 마음이 흔들리면 정신이 피로하다.

Calmness of character relaxes the mind, and anxiety fatigue the spirit.

性格が静かだと心が安らかだし、心が揺れると精神が疲れる。

Nếu tính khí tĩnh lặng thì tâm hồn sẽ thoải mái và tinh thần sẽ mệt mỏi nếu tâm hồn rung chuyển.

La calma del carácter relaja la mente, y la ansiedad cansa al espíritu.

050. 守真志滿 逐物意移

No	Chinese Writing	Chinese Reading	Korean Meaning	Korean Reading	English Meaning
393	守	shǒu	지킬	수	1. to guard 2. to observe 3. to nurse
394	真(眞)	zēn	참	진	1. true 2. really
395	志	zhì	뜻	지	1. will 2. record 3. sign
396	滿(滿)	mǎn	찰	만	1. full 2. complete 3. to fill
397	逐	zhú	쫓을	축	1. to chase 2. drive ~ away 3. one after another
398	物	wù	만물	물	1. thing 2. produce 3. creature
399	意	yì	뜻	의	1. meaning 2. wish 3. to expect
400	移	yí	옮길	이	1. to move 2. to change

[守真志满 逐物意移]
为了守护正确的心而充满的意志、如果追逐物欲、也会改变其意志。

올바른 마음을 지키려는 가슴에 가득히 찬 의지도 물욕의 뒤를 쫓으면 그 뜻이 변한다.

Even the heart-filled will to protect the right heart changes when you follow material desires.

正しい心を守ろうとする胸に満ちた意志も物欲の後を追えば、その意味が変わる。

Ý chí tràn ngập trong trái tim để bảo vệ tấm lòng đúng đắn cũng thay đổi khi đuổi theo nhu cầu vật chất.

La voluntad llena de su corazón de proteger la mente correcta también cambia su significado cuando persigue la lujuria.

051. 坚持雅操 好爵自縻

No	Chinese		Korean		English
	Writing	Reading	Meaning	Reading	Meaning
401	坚(堅)	jiān	굳을	견	1. hard 2. stronghold 3. firmly
402	持	chí	가질	지	1. to hold 2. to support 3. to manage
403	雅	yǎ	바를	아	1. proper 2. elegant 3. you
404	操	cāo	잡을	조	1. to hold 2. to control 3. engage in
405	好	hǎo (hào)	좋을	호	1. good 2. easy 3. well (hào) 1. to like 2. be easy
406	爵	jué	벼슬	작	peerage
407	自	zì	스스로	자	1. oneself 2. certainly 3. from
408	縻	mí	얽을	미	to tie up

[坚持雅操 好爵自縻]
只要保持坚贞不屈的节操、好官自然会得来。

굳건하게 올바르고 떳떳한 절개를 지키면 좋은 벼슬을 저절로 얻는다.

If you keep the upright and upright integrity firmly, you will get a good government post.

しっかりと正しくて堂々とした節操を守れば、良い官職を自然に手に入れることができる。

Nếu bạn giữ một tiết mục vững chắc và đúng đắn, bạn sẽ có được một quan chức tốt.

Si se mantiene una integridad firme, correcta y justa, se obtiene un buen puesto gubernamental por sí solo.

052. 都邑华夏 东西二京

No	Chinese Writing	Chinese Reading	Korean Meaning	Korean Reading	English Meaning
409	都	dū (dōu)	도읍	도	1. capital 2. major city (dōu) 1. all 2. even 3. already
410	邑	yì	고을	읍	1. district, county 2. settlement, town, village 3. a city
411	华(華)	huá	빛날	화	1. magnificent 2. prosperous 3. extravagant
412	夏	xià	여름	하	summer
413	东(東)	dōng	동녘	동	1. east 2. owner 3. host
414	西	xī	서녘	서	1. west 2. the West
415	二	èr	두	이	two
416	京	jīng	서울	경	1. capital 2. Beijing

[都邑华夏 东西二京]

辉煌的中国有两个首都、一个在东、一个在西、两个在首都。

빛나는 중국에는 서울이 있는데 동쪽에 하나 서쪽에 하나, 두 곳의 서울이 있다.

In Shining China, there are two capitals, one to the east and one to the west.

輝く中国には首都が二つあるが、東に一つ西に一つ、二つの首都がある。

Ở Trung Quốc tỏa sáng có hai thủ đô, một ở phía đông và một ở phía tây và hai thủ đô ở phía đông.

En la brillante China hay dos capitales, una al este y otra al oeste.

053. 背邙面洛 浮渭据泾

No	Chinese		Korean		English
	Writing	Reading	Meaning	Reading	Meaning
417	背	bèi (bēi)	등	배	1. back 2. behind 3. have one's back to (bēi) 1. take ~ on 2. carry ~ on one's back
418	邙	máng	산 이름	망	A mountain, Luoyang, Henan Province.
419	面	miàn	낯	면	1. face 2. surface 3. aspect
420	洛	luò	물 이름	락	A river, Luohe, Shaanxi Province
421	浮	fú	뜰	부	1. to float 2. superficial 3. movable
422	渭	wèi	강 이름	위	A river that originates in Gansu Province, and flows across Shaanxi Province entering the Yellow River
423	据(據)	jù	웅거할	거	1. to occupy 2. rely on 3. according to
424	泾(涇)	jīng	물 이름	경	Jing River

[背邙面洛 浮渭据泾]

洛阳背朝北望山、前面流淌着洛水。长安似乎浮在渭水河上、以泾水为盾牌雄踞。

낙양(洛陽)은 뒤로는 북망산(北邙山)을 등지고 있고, 앞으로는 낙수(洛水)가 흐른다. 장안(長安)은 위수(渭水)강 위에 떠있는 것 같이 보이며, 경수(涇水)를 방패로 삼아 웅거(雄據)하고 있는 형세다.

Luoyang has the Mt. Beimang in the back, and the Luoshui water is flow in front. Changan seems to be floating on the Weishui River, the place is firmly guarded by Jingshui as a shield.

洛陽の後ろには北望山を背にしており、前には洛水が流れる。長安は胃水江の上に浮かんでいるように見え、涇水を盾に雄飛しているように見える。

Luoyang có núi Beimang ở phía sau, và nước Luoshui chảy ở phía trước. Changan dường như đang nổi trên sông Weishui, nơi này được Jingshui bảo vệ chặt chẽ như một tấm khiên.

Luoyang tiene el Monte Beimang en la parte trasera, y el agua de Luoshui está fluyendo delante. Changan parece flotar en el río Weishui, el lugar está firmemente protegido por Jingshui como escudo.

054. 宫殿盘郁 楼观飞惊

No	Chinese		Korean		English
	Writing	Reading	Meaning	Reading	Meaning
425	宫(宮)	gōng	집	궁	1. palace 2. temple 3. club
426	殿	diàn	대궐	전	palace
427	盘(盤)	pán	소반	반	1. tray 2. quotation 3. wind
428	郁(鬱)	yù	답답할	울	1. strong-smelling 2. lush 3. gloomy
429	楼(樓)	lóu	다락	루	1. tall building 2. floor 3. city gate tower
430	观(觀)	guān	볼	관	1. to look 2. view
431	飞(飛)	fēi	날	비	1. to fly 2. to flutter 3. to evaporate
432	惊(驚)	jīng	놀랄	경	1. to start in suprise 2. to startle

[宫殿盘郁 楼观飞惊]
宫殿因地形曲折、植物茂密、楼阁和殿阁的壮观令人吃惊。

궁전은 꾸불꾸불한 지형에 따라 초목이 우거지듯 빽빽이 들어차 있고 누각(樓閣)과 전각(殿閣)의 장관은 보는 사람들을 놀라게 한다.

The palace is densely packed with vegetation according to the winding terrain. The spectacular view of the tower and the roral palace amazes the viewer.

宮殿は曲がりくねった地形によって植物が密生しており、楼閣と殿閣の壮観は見る人を驚かせる。

Cung điện có thảm thực vật dày đặc theo địa hình quanh co. Quang cảnh ngoạn mục của tòa tháp và cung điện khiến người xem kinh ngạc.

El palacio está densamente poblado de vegetación según el terreno sinuoso. La espectacular vista de la torre y el palacio sorprende al espectador.

055. 图写禽兽 画采仙灵

No	Chinese Writing	Chinese Reading	Korean Meaning	Korean Reading	English Meaning
433	图 (圖)	tú	그림	도	1. picture 2. map 3. plan
434	写 (寫)	xiě	베낄	사	1. to write 2. to describe 3. to draw
435	禽	qín	날짐승	금	birds plural
436	兽 (獸)	shòu	짐승	수	beast
437	画 (畫)	huà	그림	화	1. to draw 2. to paint 3. drawing
438	采 (彩)	cǎi	채색	채	1. to pick 2. to choose 3. to extract 4. color
439	仙	xiān	신선	선	immortal
440	灵 (靈)	líng	신령	령	1. nimble 2. effective 3. soul

[图写禽兽 画采仙灵]
宫殿用鸟兽图案装饰、用颜料描绘仙境和神秘的灵魂世界。

대궐 안에 있는 궁(宮)과 전(殿)에는 새나 짐승의 모습을 그림으로 그려 장식하였고, 또한 선경(仙境)의 모습과 신비로운 영혼의 세상 모습을 물감으로 그려 장식하였다.

The palace is decorated with bird and animal motifs and paints depicting wonderland and the mysterious world of the soul.

宮殿は鳥や獣の絵で飾り、仙境と神秘的な魂の世界を絵の具で描いて飾った。

Cung điện được trang trí bằng các họa tiết chim và động vật, phong cảnh đẹp và thế giới huyền bí được vẽ bằng sơn.

El palacio está decorado con motivos de aves y animales y pinturas que representan el país de las maravillas y el misterioso mundo del alma.

056. 丙舍傍启 甲帐对楹

No	Chinese		Korean		English
	Writing	Reading	Meaning	Reading	Meaning
441	丙	bǐng	남녘	병	1. south 2. third
442	舍	shè (shě)	집	사	house (shě) 1. to abandon 2. to give
443	傍	bàng	곁	방	1. be close to 2. near
444	启(啓)	qǐ	열	계	1. to open 2. to enlighten 3. to start
445	甲	jiǎ	갑옷	갑	1. shell 2. nail 3. armour (Brit)
446	帐(帳)	zhàng	휘장	장	curtain
447	对(對)	duì	대할	대	1. to answer 2. to treat 3. to face
448	楹	yíng	기둥	영	pillar

[丙舍傍启 甲帐对楹]

丙舍的出入口向旁边敞开着、甲帐围在祠堂墙上。

병사는 출입구가 옆쪽으로 열려 있고, 갑장은 사당 벽에 둘러쳐져 있다.

The bingshe in the palace has a side entrance and is surrounded by insignia on the walls of the shrine.

宮殿の中にある丙舎は出入口が横に開いており、祠堂の壁には甲帳で囲まれている。

Bingshe trong cung điện có lối vào mở sang một bên, trên tường của điện thờ đều có rèm che.

El bingshe, que está en el palacio, tiene la puerta abierta de lado y está rodeado de cortinas en la pared del santuario.

057. 肆筵设席 鼓瑟吹笙

No	Chinese		Korean		English
	Writing	Reading	Meaning	Reading	Meaning
449	肆	sì	방자할	사	1. be unrestrained 2. four
450	筵	yán	대자리	연	1. bamboo mat for sitting 2. banquet
451	设(設)	shè	베풀	설	1. set ~ up 2. to plan 3. to suppose
452	席	xí	자리	석	1. mat 2. seat 3. feast
453	鼓	gǔ	북	고	1. drum 2. to blow 3. to rouse
454	瑟	sè	비파	슬	Chinese harp
455	吹	chuī	불	취	1. to blow 2. to play 3. to boast
456	笙	shēng	생황	생	sheng (a reed pipe wind instrument)

[肆筵设席 鼓瑟吹笙]
铺上竹席准备坐位、敲鼓弹琴、吹笙、放欢快的音乐。

대자리를 깔아 앉는 자리를 마련하고, 북을 치고 거문고(비파)를 뜯고 생황을 불면서 흥겨운 음악을 들려준다.

Lay a mat for sitting, play the drums and geomungo(pipa), play the reed pipe, and play the happy music.

桟敷を敷いて座る席を設け、太鼓をたたいて琴をかき、笙を吹きながら楽しい音楽を聞かせてくれる。

Chuẩn bị một chỗ ngồi trải đệm, đánh trống, xé một cái kẹo Geomungo (đàn tỳ bà) và cho nghe âm nhạc vui vẻ.

Prepara un lugar para sentarse, toca el tambor, toca el geomungo (pipa) y toca música alegre.

058. 升阶纳陛 弁转疑星

No	Chinese		Korean		English
	Writing	Reading	Meaning	Reading	Meaning
457	升(陞)	shēng	오를	승	1. to rise 2. to promote 3. litre (Brit). liter
458	阶(階)	jiē	섬돌	계	1. step 2. rank
459	纳(納)	nà	들일	납	1. to receive 2. to accept 3. enjoy to
460	陛	bì	섬돌	폐	flight of steps. the steps to the throne
461	弁	biàn	고깔	변	(old) cap (garment)
462	转(轉)	zhuǎn (zhuàn)	구를	전	1. to turn 2. pass ~ on (zhuàn) to turn
463	疑	yí	의심할	의	to doubt
464	星	xīng	별	성	1. star 2. bit

[升阶纳陛 弁转疑星]
爬上楼梯进入天子、每当冠帽移动的时候、就怀疑是不是星星。

층계를 올라가서 천자가 계신 곳으로 들어서니 관모(冠帽)가 움질일 때마다 혹시나 별이 아닌가 하고 의심스러워했다.

When I climbed the stairs and entered the place where the emperor was, I wondered if it was a star whenever the emperor's the crown cap moved.

階段を上がり天子のところに入ると、冠帽が動くたびにひょっとして星ではないかと疑った。

Khi đi lên cầu thang và bước vào nơi có hoàng đế, mỗi khi mũ quan của hoàng đế di chuyển tôi đều nghi ngờ không biết đó có phải là ngôi sao hay không.

Cuando subí las escaleras y entré en el lugar donde estaba el emperador, me preguntaba si era una estrella cada vez que el emperador se movía la gorra de la corona.

059. 右通广内 左达承明

No	Chinese		Korean		English
	Writing	Reading	Meaning	Reading	Meaning
465	右	yòu	오른쪽	우	1. right 2. the Right
466	通	tōng	통할	통	1. to go through 2. connect with 3. clear ~ out 4. to inform
467	广(廣)	guǎng	넓을	광	1. broad 2. numerous
468	内	nèi	안	내	1. inside 2. in-laws plural
469	左	zuǒ	왼쪽	좌	1. left 2. conflicting 3. leftist
470	达(達)	dá	통달할	달	1. to reach 2. to last 3. to express
471	承	chéng	이을	승	1. to bear 2. to undertake 3. be indebted to
472	明	míng	밝을	명	1. bright 2. clear 3. open

[右通广内 左达承明]

右边通往广内殿、左边通往升明廬。

오른쪽으로는 광내전(广内殿)으로 통하고 왼쪽으로는 승명려(升明廬)에 이른다.

It connects to Guang-nei-dian on the right and Cheng-ming-lu on the left.

右は広内殿に、左は昇明廬につながる。

Nó được nối với Guang-nei-dian ở bên phải và Cheng-ming-lu ở bên trái.

Se conecta a Guang-nei-dian a la derecha y Cheng-ming-lu a la izquierda.

060. 既集坟典 亦聚群英

No	Chinese		Korean		English
	Writing	Reading	Meaning	Reading	Meaning
473	既(旣)	jì	이미	기	1. already 2. since
474	集	jí	모을	집	1. to gather, to collect 2. market 3. anthology
475	坟(墳)	fén	무덤	분	grave
476	典	diǎn	법	전	1. standard 2. standard work 3. allusion
477	亦	yì	또	역	also
478	聚	jù	모을	취	1. get together 2. to amass
479	群	qún	무리	군	1. crowd 2. herd 3. flock
480	英	yīng	꽃부리	영	1. flower 2. hero 3. Britain

[既集坟典 亦聚群英]

已经汇集了三皇五帝时期的典籍、也汇集了众多才德出众的人才。
(三皇五帝 : 中国古代传说中的帝王们)

이미 삼황오제(三皇五帝) 시절의 전적(典籍)을 모아 놓았고, 재덕(才德)이 뛰어난 많은 인재들까지도 모아 놓았다.
(삼황오제 : 중국 고대 전설상의 제왕들)

He has already collected books from the Three Sovereigns and Five Emperors, and even gathered many talented people.
(Three Sovereigns and Five Emperors : the kings of ancient Chinese legend)

すでに三皇五帝時代の典籍を集め、才徳に優れた多くの人材まで集めた。(三皇五帝 : 中国古代伝説上の帝王たち)

Đã thu thập toàn bộ lịch sử thời Tam Hoàng Ngũ Đế, thậm chí còn thu thập được nhiều nhân tài có tài và đức xuất sắc.
(Tam Hoàng Ngũ Đế : Các vị vua trong truyền thuyết Trung Quốc)

Ya ha recogido libros de los Tres soberanos y cinco emperadores, e incluso ha reunido a muchas personas talentosas.
(Tres soberanos y cinco emperadores : Reyes de la antigua leyenda china)

061. 杜稾钟隶 漆书壁经

No	Chinese		Korean		English
	Writing	Reading	Meaning	Reading	Meaning
481	杜	dù	막을	두	shut ~ out
482	稾	gǎo	마를	고	dried up (wood)
483	钟(鍾)	zhōng	술잔	종	1. bell 2. clock
484	隶(隸)	lì	종	예	1. be subordinate to 2. slave
485	漆	qī	올	칠	1. lacquer 2. to paint
486	书(書)	shū	글	서	1. to write 2. handwriting 3. book
487	壁	bì	벽	벽	1. wall 2. cliff
488	经(經)	jīng	경서	경	1. warp 2. channels plural 3. longitude

[杜槀钟隶 漆书壁经]

杜槀擅长草书体、钟隶擅长隶书体。有用蝌蚪文字写成的古文书或从墙上出来的经书。

두고(杜稿)는 초서체(草書體)를 잘 쓰고, 종예(鐘隸)는 예서체(隸書體)를 잘 썼다. 과두문자로 쓰인 고문서와 벽속에서 나온 경서가 있다.

Du Gao wrote cursive style well, while Zhong Li wrote illustrated style well. There are old documents written in tadpole script style and scripture books that found in of walls.

杜稿は草書体を上手に使い、鐘隷は隷書体を上手に書いた。蝌蚪文字で書かれた古文書や壁の中から出た経書がある。

Du Gao viết chữ đẹp, trong khi Zhong Li viết văn minh họa tốt. Có những tài liệu cũ được viết theo kiểu chữ nòng nọc và sách kinh thánh tìm thấy trong tường.

Du Gao escribió bien el estilo cursivo, mientras que Zhong Li escribió bien el estilo ilustrado. Hay documentos antiguos escritos en escritura de renacuajo y un libro de Escrituras encontrado dentro de la pared.

062. 府罗将相 路夹槐卿

No	Chinese		Korean		English
	Writing	Reading	Meaning	Reading	Meaning
489	府	fǔ	관청	부	1. government body 2. official residence
490	罗(羅)	luó	그물	라	1. net 2. sieve 3. silk gauze
491	将(將)	jiàng (jiāng) (qiāng)	장수	장	1. a general 2. commander-in-chief (jiāng) 1. to check 2. egg ~ on 3. with (qiāng) to request, to ask
492	相	xiàng (xiāng)	서로	상	1. to judge 2. to assist 3. appearance (xiāng) 1. to evaluate 2. mutually
493	路	lù	길	로	1. road 2. journey 3. means
494	夹(夾)	jiā (jiá)	낄	협	1. get hold of 2. mix ~ with 3. carry ~ under one's arm (jiá) lined
495	槐	huái	홰나무	괴	Chinese scholar tree
496	卿	qīng	벼슬	경	1. a high official rank in ancient times 2. (from the Tang Dynasty onwards) term used by the emperor for his subjects (old) 3. term of endearment between spouses

[府罗将相 路夹槐卿]

朝廷里将帅和宰相们一个不落地聚在一起、夹道恭敬大夫们的房子排列成行、迎面相望。

조정에는 장수와 재상들이 빠짐없이 모여 있고, 길을 끼고 공경대부들의 집들이 늘어서서 마주하고 있다.

In the palace, both generals and ministers are gathered, and houses of reverent subjects are lined up along the road.

朝廷には将軍と宰相が常に集まっており、道を挟んで恭敬大夫の家が立ち並んで向かい合っている。

Trong cung điện, cả tướng quân và đại thần đều tập trung lại và các nhà của các thuộc hạ tôn kính dọc theo con đường đang xếp hàng đối diện nhau.

En el palacio, los generales y los ministros están reunidos, y las casas de los súbditos piadosos están alineadas a lo largo de la carretera.

063. 户封八县 家给千兵

No	Chinese Writing	Chinese Reading	Korean Meaning	Korean Reading	English Meaning
497	户(戶)	hù	집	호	1. door 2. family 3. social standing
498	封	fēng	봉할	봉	1. to seal 2. envelope
499	八	bā	여덟	팔	eight
500	县(縣)	xiàn	고을	현	county
501	家	jiā	집	가	1. family 2. home 3. school of thought
502	给(給)	jǐ (gěi)	줄	급	1. to provide 2. sufficient (gěi) 1. to give 2. to let 3. for
503	千	qiān	일천	천	1. thousand 2. many
504	兵	bīng	군사	병	1. the army 2. soldier 3. arms plural

[户封八县 家给千兵]

给新生诸侯国的诸侯八贤、赐予诸侯国一千名士兵。

신생 제후국(諸侯國)의 제후에게는 팔현(八縣)을 주었고, 그 제후국에는 천 명의 병사를 주었다.

The feudal lord of the new feudal kingdom were given eight prefectures, and the feudal kingdom was given **1,000** soldiers.

新生諸侯国の諸侯には八縣を与え、その諸侯国には千人の兵士を与えた。

Lãnh chúa phong kiến của vương quốc phong kiến mới **được** trao cho tám tỉnh, và vương quốc phong kiến **được** trao cho **1.000** binh sĩ.

Le dieron ocho prefecturas al nuevo señor del imperio, y le dieron mil soldados.

064. 高冠陪辇 驱毂振缨

No	Chinese		Korean		English
	Writing	Reading	Meaning	Reading	Meaning
505	高	gāo	높을	고	1. tall 2. high 3. senior
506	冠	guàn (guān)	갓	관	crown (guān) hat
507	陪	péi	모실	배	1. go with 2. to assist
508	辇(輦)	niǎn	손수레	련	A cart pulled or pushed by people in ancient times. Referring in particular to vehicles of emperors, empresses and imperial concubines since the Qin and Han Dynasties
509	驱(驅)	qū	몰	구	1. to drive 2. to gallop 3. to expel
510	毂(轂)	gǔ (gū)	바퀴통	곡	hub of wheel, nave (gū) wheel
511	振	zhèn	떨칠	진	1. to vibrate 2. to boost
512	缨(纓)	yīng	갓끈	영	1. strap 2. tassel

[高冠陪辇 驱毂振缨]
头戴高冠帽侍奉君王驾乘的辇时《每挪动一步》纱帽带就会晃动。

높은 관모를 쓰고 임금님을 모시는 수레를 모시니(끄시니), 수레를 모시는 발을 옮길 때마다 갓끈이 흔들린다.

Whenever they wear high government hats and turn off the king's cart, the hat straps of the government hats shake each time they move their feet.

高い冠帽をかぶって王様の玉の輿を引くする時、足を移す度に冠帽の紐が揺れる。

Họ đội những chiếc mũ quan cao và kéo xe của nhà vua, dây mũ quan rung lên mỗi khi họ di chuyển đôi chân.

Ellos llevan un sombrero alto y apagan el carro montado por el rey, y cada vez que mueven sus pies, el cordón del sombrero se mueve.

065. 世祿侈富 车驾肥轻

No	Chinese Writing	Chinese Reading	Korean Meaning	Korean Reading	English Meaning
513	世	shì	대	세	1. life 2. generation 3. age
514	禄(祿)	lù	녹	록	official pay
515	侈	chǐ	사치할	치	1. wasteful 2. exaggerated
516	富	fù	부자	부	1. rich 2. abundant 3. wealth
517	车(車)	chē	수레	거	1. vehicle 2. wheel 3. machine
518	驾(駕)	jià	멍에	가	1. to harness 2. to drive
519	肥	féi	살찔	비	1. fertilizer 2. to fertilize 3. get rich
520	轻(輕)	qīng	가벼울	경	1. light 2. not important 3. relaxed

[世禄侈富 车驾肥轻]

世代传承的俸禄、生活阔绰、财大气粗、拉车马肥壮、坐车人的衣服显得轻飘飘的。

대대로 이어받는 봉록으로 생활은 사치스럽고 재물은 넉넉하니, 수레를 끄는 말은 살쪄 있고 수레를 탄 사람들의 옷은 가벼워 보였다.

Since the salary he received from generation to generation was lavish and rich, the horse pulling the cart was fat and the clothes of the people on the cart looked light.

代々受け継がれる俸禄で、生活は贅沢で財物は豊かだから、車を引く馬は太っていて、車に乗った人たちの服は軽く見えた。

Với mức lương nhận được từ đời này sang đời khác, cuộc sống xa hoa và giàu có đầy đủ, ngựa kéo xe béo lên, quần áo của những người đi xe bò trông nhẹ nhàng hơn.

Con el salario que reciben durante generaciones, la vida es lujosa y la riqueza es abundante, por lo que los caballos que tiran de las carretas parecen gordos y la ropa de las personas en las carretas es ligera.

066. 策功茂实 勒碑刻铭

No	Chinese		Korean		English
	Writing	Reading	Meaning	Reading	Meaning
521	策	cè	꾀	책	1. suggestion 2. to whip
522	功	gōng	공	공	1. contribution 2. achievement 3. skill
523	茂	mào	무성할	무	1. luxuriant 2. abundant
524	实(實)	shí	열매	실	1. solid 2. true 3. reality
525	勒	lè (lēi)	굴레	륵	1. rein ~ in 2. to force (lēi) tie ~ tightly
526	碑	bēi	비석	비	tablet
527	刻	kè	새길	각	1. to engrave 2. engraving 3. quarter
528	铭(銘)	míng	새길	명	1. inscription 2. to engrave

[策功茂实 勒碑刻铭]

为了建功立业而献计献策、对于在实践中积累的功绩、他不会忘记、会制作铭文、让铭文长久留在记忆中、刻在碑石上、流传到后人。

공을 세우려고 계책을 세웠으면 이를 실천하는 데 힘써야 하고, 쌓은 공적(**功績**)에 대해서는 잊혀지지 않고 오래 기억에 남도록 명문(**銘文**)을 지어 비석에 새겨서 후세에 까지 널리 알린다.

If a stratagem is established to make merit, efforts should be made to practice it, and the achievements made will not be forgotten and will be remembered, engraved on a monument, and widely known to future generations.

功を立てるために戒策を立てたならば、それを実践するのに力を注ぐべきであり、築いた功績については忘れられず、記憶に残るよう銘文を作り、碑石に刻み、後世にまで広く知らせる。

Nếu đã lập ra một kế hoạch để xây dựng công trạng, bạn nên tập trung vào việc thực hiện nó, tạo ra những câu danh ngôn để ghi nhớ và khắc lên bia đá và quảng bá rộng rãi cho thế hệ sau.

Si se establece un estratagema para hacer mérito, se deben hacer esfuerzos para practicarlo, y los logros alcanzados no serán olvidados y recordarán, grabados en un monumento, y ampliamente conocidos por las generaciones futuras.

067. 磻溪伊尹 佐时阿衡

No	Chinese Writing	Chinese Reading	Korean Meaning	Korean Reading	English Meaning
529	磻	pán	강 이름	반	name of a river in Shaanxi
530	溪	xī	시내	계	brook
531	伊	yī	저	이	1. he, she 2. it, that
532	尹	yǐn	다스릴	윤	to administer
533	佐	zuǒ	도울	좌	1. to assist 2. assistant
534	时 (時)	shí	때	시	1. hour 2. time 3. fashion
535	阿	ā (ē)	언덕	아	prefix used before monosyllabic names, kinship terms etc to indicate familiarity (ē) 1. pander to 2. big hill
536	衡	héng	저울대	형	1. weight 2. weigh

[磻溪伊尹 佐时阿衡]

姜太公、吕尚和伊尹帮助混乱的时局、引导世界走向舒适的世界、阿亨则意味着伊尹。

강태공(姜太公) 여상(呂尙)과 이윤(伊尹)은 어지러운 시국을 도와서 편안한 세상으로 이끌었고, 아형(阿衡)은 이윤(伊尹)을 뜻한다.

Jiang Taigong (Lu Shang) and Yi Yin (A Heng) helped a chaotic situation and led them to a comfortable world.

姜太公、呂尚、伊尹は混乱した時局を助け、世の中を楽な世の中へ導いてくれ、阿亨は伊尹を意味する。

Jiang Taigong (Lu Shang) và Yi Yin (A Heng) đã giúp đỡ tình hình chóng mặt, tạo nên một thế giới bình yên.

Jiang Taigong (Lu Shang) y Yi Yin (A Heng) ayudaron a la situación caótica y llevaron a un mundo cómodo.

068. 奄宅曲阜 微旦孰营

No	Chinese		Korean		English
	Writing	Reading	Meaning	Reading	Meaning
537	奄	yǎn	문득	엄	suddenly
538	宅	zhái	집	택	residence, mansion
539	曲	qū (qǔ)	굽을	곡	1. bent 2. wrong 3. to bend (qǔ) 1. song 2. music
540	阜	fù	언덕	부	1. hill, hillock 2. abundant
541	微	wēi	작을	미	1. tiny 2. slightly
542	旦	dàn	아침	단	1. dawn 2. day
543	孰	shú	누구	숙	1. who 2. which
544	营(營)	yíng	경영할	영	1. to seek 2. to operate 3. to build 4. camp

[奄宅曲阜 微旦孰营]

长期以来在曲阜打下了治国理政的基础、如果没有旦、谁还会干呢？谁也做不到。

오랫동안 곡부(曲阜)에서 나라를 다스리는 기반을 다졌으니, 만약 단(旦)이 없었더라면 누가 하였겠는가? 누구도 못한다.

For a long time, he laid the foundation for governing the country in Qufu, but if there were no Dan, who would have done it? No one can do it.

長い間、曲阜において国を治める基盤を整えたが、もし旦がなかったら誰がしただろうか。誰もできない。

Trong một thời gian dài, ông đã xây dựng nền tảng để cai trị đất nước tại Qufu và nếu không có Đan thì ai sẽ làm được điều đó? Không ai làm được hết.

Después de haber establecido la base para gobernar el país en Qufu durante mucho tiempo, si no hubiera sido por Dan, ¿quién lo habría hecho? Nadie puede.

069. 桓公匡合 济弱扶倾

No	Chinese		Korean		English
	Writing	Reading	Meaning	Reading	Meaning
545	桓	huán	굳셀	환	surname Huan
546	公	gōng	공변될	공	1. public 2. general 3. international
547	匡	kuāng	바를	광	1. to correct. to rectify 2. to assist, to help 3. to roughly estimate
548	合	hé	합할	합	1. to close 2. to join 3. be equal to
549	济(濟)	jì	건널	제	1. to cross 2. to help 3. be of help
550	弱	ruò	약할	약	1. weak 2. young
551	扶	fú	도울	부	1. to help 2. help up 3. to support with the hand
552	倾(傾)	qīng	기울	경	1. to lean 2. to collapse 3. empty out

[桓公匡合 济弱扶倾]

桓公整顿天下秩序、召集诸侯、救治弱国、扶助逐渐衰亡的国家。

환공(桓公)은 천하의 질서를 바로잡아 제후들을 불러 모았고, 약한 나라를 구제하고 기울어져 망해가는 나라를 붙들어 세워서 도와 주었다.

Huan Gong corrected the order of the world, called and gathered the lords, rescued the weak country, and helped by holding on to the declining country.

桓公は、天下の秩序を正し諸侯を呼び集め、弱小国を救済し、滅びつつある国を救った。

Huan Gong đã điều chỉnh trật tự của thiên hạ để triệu tập các hoàng hậu và giúp đỡ xây dựng một đất nước yếu đuối và đang bị nghiêng.

Huan Gong arregló el orden del mundo y reunió a los señores, salvó a los países débiles y ayudó a establecer un país que se inclinaba hacia la ruina.

070. 绮回汉惠 说感武丁

No	Chinese		Korean		English
	Writing	Reading	Meaning	Reading	Meaning
553	绮(綺)	qǐ	비단	기	1. patterned silk 2. beautiful
554	回	huí	돌아올	회	1. to circle 2. to return 3. turn around
555	汉(漢)	hàn	한나라	한	1. the Han plural 2. man
556	惠	huì	은혜	혜	be beneficial
557	说(說)	shuō (shuì)	기뻐할	열	1. to say 2. to explain 3. tell ~ off (shuì) to persuade
558	感	gǎn	느낄	감	1. to feel 2. to move 3. be grateful
559	武	wǔ	굳셀	무	1. military 2. valiant
560	丁	dīng	넷째천간	정	1. fourth of the ten Heavenly Stems 2. man 3. population 4. cube

[绮回汉惠 说感武丁]

绮里季恢复了汉惠帝的太子地位、傅说感动了武丁。

기리계(綺里季)는 한나라 혜제(惠帝)의 태자 자리를 회복시켰고, 부열(傅說)은 무정(武丁)을 감동시켰다.

Qi Liji restored the crown prince Huidi of Han Dynasty, and Fu Yue impressed Wu Ding.

綺里季は漢の惠帝の太子の地位を回復させ、傅說は武丁を感動させた。

Qi Liji đã khôi phục lại vị thế của hoàng tử Huiđi của Han và Fu Yue gây ấn tượng với Wu Đing.

Qi Liji restauró al príncipe heredero Huidi de la dinastía Han, Fu Yue impresionó a Wu Ding.

071. 俊乂密勿 多士寔宁

No	Chinese Writing	Chinese Reading	Korean Meaning	Korean Reading	English Meaning
561	俊	jùn	준걸	준	1. pretty 2. handsome 3. talented
562	乂 (义)	yì	벨	예	1. to mow 2. to control 3. peaceful or stable
563	密	mì	빽빽할	밀	1. dense 2. close 3. meticulous
564	勿	wù	말	물	not
565	多	duō	많을	다	1. a lot of 2. more 3. too many
566	士	shì	선비	사	1. soldier 2. non-commissioned officer
567	寔	shí	이	식	1. to put 2. this 3. really
568	宁 (寧)	níng	편안할	녕	peaceful

[俊乂密勿 多士寔宁]

在朝廷里, 秀才力行国事、内中有许许多多的儒士、真是安之若素。

조정에서는 뛰어난 인재들이 나라 일에 힘써 종사하고 있고, 나라 안에는 많은 선비가 있어 참으로 편안하기가 그지없다.

In the Royal Court, outstanding talents are engaged in the affairs of the country, and there are many scholars in the country, so it is very comfortable.

朝廷では優れた人材が国の仕事に励んで従事しており、国の中には多くの士がいて本当に楽な気持ちでいっぱいだ。

Trong triều đình, các tài năng xuất chúng đều tham gia vào các công việc của đất nước, và có nhiều học giả trong nước nên rất thoải mái.

En la Corte Real, talentos destacados se dedican a los asuntos del país y hay muchos eruditos en el país, por lo que es muy cómodo.

072. 晋楚更霸 赵魏困横

No	Chinese		Korean		English
	Writing	Reading	Meaning	Reading	Meaning
569	晋(晉)	jìn	나라	진	1. call on 2. Jin Dynasty 3. to move forward, to promote, to advance
570	楚	chǔ	나라	초	1. suffering 2. clear 3. Chu Dynasty
571	更	gèng (gēng)	다시	갱	1. even more 2. further (gēng) 1. to change 2. to experience 3. watch
572	霸(霸)	bà	으뜸	패	1. tyrant 2. hegemonist power 3. to tyrannize
573	赵(趙)	zhào	나라	조	Zhao Dynasty
574	魏	wèi	나라	위	Wei Dynasty
575	困	kùn	곤할	곤	1. be stricken 2. to trap 3. sleepy
576	横(橫)	héng (hèng)	가로	횡	1. horizontal 2. sideways 3. across (hèng) 1. harsh 2. unexpected

[晋楚更霸 赵魏困横]

晉文公死了、楚莊王又成了王者。赵魏两国因连横说而受辱。

패자(覇者)인 진(晉)나라 문공(文公)이 죽자 초(楚)나라 장왕(莊王)이 다시 패자(覇者)가 되었다. 조(趙), 위(魏) 두 나라는 연횡설(連橫說)로 곤욕(困辱)을 치뤘다.

When Wen Gong of Jin country died, Zhuang Wang of Chu country became king again. Both countries Zhao and Wei suffered from an alliance theory.

覇者である晋、文公が死ぬと、楚の莊王が再び覇者となった。趙、魏、両国は連橫説で困辱した。

Sau khi vua nước Jin là Wen Gong qua đời, Zhuang Wang Vương nước Chu lại lên ngôi. Zhao, Wei hai nước từng lâm vào cảnh khó khăn vì thuyết đồng minh.

Cuando murió el rey Wen Gong de la dinastía Jin, Zhuang Wang de la dinastía Chu volvió a ser el rey. Zhao, los dos países de Wei estaban en problemas debido a los rumores de una alianza.

073. 假途灭虢 践土会盟

No	Chinese		Korean		English
	Writing	Reading	Meaning	Reading	Meaning
577	假	jiǎ (jià)	거짓	가	1. false 2. artificial 3. if (jià) holiday
578	途	tú	길	도	way
579	灭(滅)	miè	멸할	멸	1. go out 2. to extinguish 3. to submerge
580	虢(虢)	guó	나라	괵	Guo, a kinship group whose members held dukedoms within the Zhou Dynasty realm, including Western Guo and Eastern Guo
581	践(踐)	jiàn	밟을	천	1. to trample 2. carry out
582	土	tǔ	흙	토	1. soil 2. land 3. opium
583	会(會)	huì (kuài)	모을	회	1. to assemble 2. to meet 3. to understand (kuài) accounting
584	盟	méng	맹세	맹	1. alliance 2. league

[假途灭虢 践土会盟]
借道灭亡虢國、在踐上与诸侯们相见并发誓。

길을 빌려 괵(虢)나라를 멸망시키고, 천토(踐土)에서 제후(諸侯)들과 모임을 갖고 맹세하였다.

They borrowed the road and destroyed the Guo nation. And they had a meeting with the lords in Jiantu and swore.

道を借り虢國を滅亡させ、踐土で諸侯たちと会い、誓った。

Chúng đã mượn đường và phá hủy Guo Quốc. Và họ đã gặp gỡ các lãnh chúa ở Jiantu và thề.

Tomaron prestado el camino y destruyeron a la nación Guo. Y tuvieron una reunión con los señores en Jiantu y juraron.

074. 何遵约法 韩弊烦刑

No	Chinese Writing	Chinese Reading	Korean Meaning	Korean Reading	English Meaning
585	何	hé	어찌	하	an expression of doubt. what, where
586	遵	zūn	쫓을	준	to follow
587	约(約)	yuē (yāo)	언약할	약	1. to restrict 2. to arrange 3. to invite (yāo) to weigh in a balance or on a scale
588	法	fǎ	법	법	1. law 2. method 3. model
589	韩(韓)	hán	나라	한	1. South Korea 2. Han state, a feudal state of Zhou Danasty 3. Han (a surname)
590	弊	bì	폐단	폐	1. fraud 2. disadvantage
591	烦(煩)	fán	번거로울	번	1. trouble 2. fed up 3. to feel vexed
592	刑	xíng	형벌	형	1. punishment 2. corporal punishment

[何遵约法 韩弊烦刑]

萧何遵守了约法三章(汉国简略法)、韩非因繁琐的刑罚而陷入了困惑。(约法三章:杀人者处死刑、伤害人、偷人者处刑。)

소하(萧何)는 약법삼장(約法三章)을 잘 지켰으며 한비(韓非)는 번거로운 형벌(刑罰)로 곤혹(困惑)을 치렀다. (漢나라의 약법삼장 : 사람을 살해한 자는 사형에 처하고, 사람을 상해하거나 남의 물건을 훔친 자는 처벌한다) 남의 물건을 훔친 자는 처벌한다)

Xiao He firmly defended 「the three summary laws of country Han」, and Han Fei suffered from aburdensome punishment. (The three summary laws of country Han : Those who kill people are put to death, and those who injure or steal people are punished.)

萧何は「約法三章」をしっかりと守り、韓非は煩わしい刑罰で困窮状態に陥った。(汉国の約法三章 : 人を殺害した者は死刑に処し、人を傷害したり盗んだ者は処罰する)

Xiao He đã tuân thủ 「3 luật đơn giản của nước Han」 và Han Fei đã gặp rắc rối với hình phạt phiền phúc. (3 luật đơn giản của nước Han : Kẻ giết người bị xử tử, kẻ làm tổn thương hoặc trộm cắp sẽ bị trừng phạt.)

Xiao He mantuvo la 「Las tres leyes abreviadas de la Nación Han」 bien, y Han Fei sufrió un castigo pesado. (Las tres leyes abreviadas de la Nación Han : La persona que mata a una persona será castigada con la pena de muerte, y la persona que hiere o robe a una persona será castigada.)

075. 起剪颇牧 用军最精

No	Chinese		Korean		English
	Writing	Reading	Meaning	Reading	Meaning
593	起	qǐ	일어날	기	1. to rise 2. to remove 3. to form
594	剪 (翦)	jiǎn	자를	전	1. scissors plural 2. to cut 3. to eliminate
595	颇 (頗)	pō	자못	파	rather
596	牧	mù	칠	목	to herd
597	用	yòng	쓸	용	1. to use 2. to need 3. to consume
598	军 (軍)	jūn	군사	군	1. army 2. regiment 3. forces plural
599	最	cuì	가장	최	most
600	精	jīng	정할	정	1. refined 2. excellent 3. precise

[起剪颇牧 用军最精]

白起将军、王剪将军、廉颇将军和李牧将军在调动兵力的方法(兵法)上最为出色、详细、无懈可击。

백기(白起)장군과 왕전(王剪)장군 그리고 염파(廉頗)장군과 이목(李牧)장군은 병력을 움직이는 방법(병법)에 있어서 가장 뛰어나고 자세하고 빈틈없이 날카로웠다.

General Bai Qi, General Wang Jian, General Lian Po, and General Li Mu were the best, detailed, and sharpest in terms of how to move their forces.

白起將軍、王剪將軍、そして廉頗將軍、李牧將軍は、兵力の動かし方(兵法)において最も優れていて、細かく鋭い。

Tướng quân Bai Qi, tướng quân Wang Jian, tướng quân Lian Po và tướng quân Li Mu là những người xuất sắc nhất, chi tiết nhất và sắc bén nhất trong phương pháp di chuyển lực lượng.

El General Bai Qi, el General Wang Jian, el General Lian Po y el General Li Mu eran los mejores en el método militar, detallados y agudos.

076. 宣威沙漠 馳譽丹青

No	Chinese Writing	Chinese Reading	Korean Meaning	Korean Reading	English Meaning
601	宣	xuān	베풀	선	1. to announce 2. lead ~ off
602	威	wēi	위엄	위	1. power, prestige 2. to threaten
603	沙	shā	모래	사	1. sand 2. paste 3. hoarse
604	漠	mò	사막	막	1. desert 2. indifferently
605	驰(馳)	chí	달릴	치	1. to speed 2. to disseminate 3. long for
606	誉(譽)	yù	기릴	예	1. reputation 2. to praise
607	丹	dān	붉을	단	1. red 2. pellet
608	青(靑)	qīng	푸를	청	1. green 2. black 3. young

[宣威沙漠 驰誉丹青]

为了将威势扬扬到遥远的沙漠、将光荣的形象传到遥远的后代、画了一幅色彩斑斓的画卷。

위세를 멀리 사막에 까지 떨쳤고, 명예로운 모습은 먼 후세에까지 알리기 위해 색칠한 그림으로 그렸다.

The prestige extended far into the desert, and the honorable figure was painted in color to convey it to distant posterity.

威勢が遠く砂漠にまで広がり、名誉ある姿は遠い後世にまで伝えるために色画された絵で描かれた。

Uy thế lan rộng đến sa mạc xa xôi và hình ảnh danh dự được vẽ bằng những bức tranh màu sắc để truyền tải cho thế hệ sau xa xôi.

El prestigio se extendió hasta el desierto, y la figura honorable fue pintada de color para transmitirla a posteridad lejana.

077. 九州禹迹 百郡秦并

No	Chinese Writing	Chinese Reading	Korean Meaning	Korean Reading	English Meaning
609	九	jiǔ	아홉	구	nine
610	州	zhōu	고을	주	1. autonomous prefecture 2. state
611	禹	yǔ	임금	우	Yu the Great, mythical leader who tamed the floods
612	迹	jì	자취	적	1. trace 2. remains plural
613	百	bǎi	일백	백	1. hundred 2. numerous
614	郡	jùn	고을	군	prefecture. canton
615	秦	qín	나라	진	1. state of Qin 2. Shaanxi 3. Qin Dynasty
616	并(幷)	bìng	아우를	병	1. to merge 2. bring ~ together 3. side by side

[九州禹迹 百郡秦并]

九州是禹王的足迹、汉朝时的百郡是秦朝继承的郡的总和。

구주(九州)로 나눈 것은 우(禹)임금의 발자취이고, 한(漢)나라 때 백군(百郡)은 진(秦)나라에서 이어받은 군을 합친 것이다.

Divided into nine states is the footprints of the King Yu, and during the Han Dynasty, Baijun was a combination of the counties inherited from the Qin Dynasty.

九州に分けたものは禹王の足跡で、漢時代の百郡は秦から引き継いだ郡を合わせたものだ。

Được chia thành chín tiểu bang là dấu chân của vua Yu, và trong suốt triều đại Han, Baijun là sự kết hợp của các quận kế thừa từ triều đại Qin.

Dividido en nueve estados están las huellas del rey Yu, y durante la dinastía Han, Baijun fue una combinación de los condados heredados de la dinastía Qin.

078. 岳宗恒岱 禅主云亭

No	Chinese Writing	Chinese Reading	Korean Meaning	Korean Reading	English Meaning
617	岳(嶽)	yuè	큰 산	악	1. mountain 2. parents-in-law plural
618	宗	zōng	근본	종	1. ancestor 2. clan 3. school
619	恒	héng	항상	항	1. permanent 2. common 3. perseverance
620	岱	dài	태산	대	alternative name for Mt. Taishan (泰山)
621	禅(禪)	chán (shàn)	고요할	선	meditation (shàn) abdicate
622	主	zhǔ	주인	주	1. host 2. owner 3. person concerned
623	云	yún	이를	운	1. cloud 2. to say
624	亭	tíng	정자	정	1. pavilion 2. kiosk

[岳宗恒岱 禅主云亭]

五岳中首屈一指的山是北边的恒山和东边的泰山、禅、祭祀主要在云云山和亭亭山进行。

오악(五嶽) 중에서 으뜸가는 산(山)은 북쪽에 있는 항산(恒山)과 동쪽에 있는 태산(泰山)이고, 선(禪)제사(祭祀)는 주로 운운산(云云山)과 정정산(亭亭山)에서 올리고 있다.

The best mountains among the five most famous mountains are Heng Mountain in the north and Tai Mountain in the east, and Chan rituals are mainly held at Yunyun Mountain and Tingting Mountain.

五嶽の中で一番とされる山は北にある恒山と東にある泰山で、禅祭祀は主に云云山と亭亭山で祭られている。

Những ngọn núi đẹp nhất trong năm ngọn núi nổi tiếng nhất là Núi Heng ở phía bắc và Núi Tai ở phía đông, và các nghi lễ Chan chủ yếu được tổ chức tại Núi Yunyun và Núi Tingting.

Las mejores montañas entre las cinco montañas más famosas son la montaña Heng en el norte y la montaña Tai en el este, y los rituales Chan se celebran principalmente en la montaña Yunyun y la montaña Tingting.

079. 雁门紫塞 鸡田赤城

No	Chinese		Korean		English
	Writing	Reading	Meaning	Reading	Meaning
625	雁	yàn	기러기	안	wild goose
626	门(門)	mén	문	문	1. door 2. switch 3. knack
627	紫	zǐ	자줏빛	자	purple
628	塞	sāi (sài)	변방	새	1. stuff ~ into 2. cork (sài) place of strategic importance
629	鸡(鷄)	jī	닭	계	chicken
630	田	tián	밭	전	field
631	赤	chì	붉을	적	1. red 2. revolutionary 3. sincere
632	城	chéng	성	성	1. city wall 2. city 3. town

[雁门紫塞 鸡田赤城]

有雁门山、有长城、有鷄田和赤城。

안문산(雁門山)이 있고 만리장성(萬里長城)이 있다. 계전(鷄田)이 있고 적성(赤城)이 있다.

There is Mt. Yanmen and the Great Wall. have the Jitian and Chicheng.

雁門山があり、万里の長城がある。鷄田があり赤城がある。

Có núi Yanmen và Vạn Lý Trường Thành. Có Jitian và Chicheng.

Hay la montaña Yanmen y la Gran Muralla. Hay Jitian y Chicheng.

080. 昆池碣石 鉅野洞庭

No	Chinese		Korean		English
	Writing	Reading	Meaning	Reading	Meaning
633	昆	kūn	맏	곤	1. descendant 2. Kunlun mountains
634	池	chí	못	지	1. pond 2. pit 3. moat
635	碣	jié	비석	갈	stone tablet
636	石	shí	돌	석	stone
637	钜(鉅)	jù	클	거	1. hard iron 2. hook 3. great
638	野	yě	들	야	1. open country 2. border 3. wild
639	洞	dòng	골	동	1. hole 2. cave 3. thoroughly
640	庭	tíng	뜰	정	1. hall 2. courtyard 3. law court

[昆池碣石 鉅野洞庭]

这里有昆明池和碣石山。这里有叫鉅野的沼泽地、也有叫洞庭湖的湖水。

곤명지(昆明池)가 있고 갈석산(碣石山)이 있다. 거야(鉅野)라는 늪지가 있고 동정호(洞庭湖)라는 호수(湖水)가 있다.

There is Kunmingchi lake and Mt. Jieshi. There is a swamp called Juye, and there is a lake called Dongtinghu.

昆明池と葛石山がある。鉅野という沼地があり、洞庭湖という湖がある。

Có hồ Kunmingchi và núi Jieshi. Có một đầm lầy tên là Juye và có một hồ tên là Dongtinghu.

Hay el lago Kunmingchi y el monte Jieshi. Hay un pantano llamado Juye, y hay un lago llamado Dongtinghu.

081. 旷远绵邈 岩岫杳冥

No	Chinese		Korean		English
	Writing	Reading	Meaning	Reading	Meaning
641	旷(曠)	kuàng	빌	광	1. spacious 2. free from worry 3. loose
642	远(遠)	yuǎn	멀	원	1. far 2. distant
643	绵(綿)	mián	솜	면	1. silk thread 2. continuous 3. soft
644	邈	miǎo	멀	막	1. far, distant, remote 2. to slight
645	岩(巖)	yán	바위	암	1. rock 2. crag
646	岫(岫)	xiù	산굴	수	1. grotto. mountain cave 2. mountaintop
647	杳	yǎo	아득할	묘	far away and out of sight
648	冥(暝)	míng	어두울	명	1. dark 2. deep 3. stupid

[旷远绵邈 岩岫杳冥]

视野开阔、大地一望无际。在那尽头点点滴滴的山中、不知道是不是有岩石、只是遥远而黑暗。

시계(視界)는 확 트여있고 대지(大地)는 끝없이 멀리 이어져 있다. 그 끝자락에 가물거리며 점점이 보이는 산(山)속에는 바위가 있는지 아득히 멀어서 어둡기만 하다.

The field of view is wide open and the ground is endless. It is only dark whether there is a rock in the mountain that can be seen faintly at the end.

視野は広く、大地は果てしなく広がっている。その端にかすかに見える山の中には岩があるのか暗いだけである。

Tầm nhìn rộng, mặt đất trải dài vô tận. Bên trong những ngọn núi mờ ảo ở đằng xa, có lẽ do có đá nên trông tối tăm.

El campo de visión es amplio y la tierra es Infinita. Tal vez debido a las rocas en las montañas que se pueden ver débilmente a la distancia, parece oscuro.

082. 治本於農 务兹稼穑

No	Chinese		Korean		English
	Writing	Reading	Meaning	Reading	Meaning
649	治	zhì	다스릴	치	1. to control 2. to cure 3. to exterminate
650	本	běn	근본	본	1. root 2. basis 3. capital
651	於	yú	어조사	어	1. [在] in, on, at 2. [向] to go 3. [给] to give
652	农(農)	nóng	농사	농	1. agriculture 2. farmer
653	务(務)	wù	힘쓸	무	1. business 2. be engaged in 3. without fail
654	兹	zī	이	자	this
655	稼	jià	심을	가	1. plant crops 2. grain, cereal, corn
656	穑(穡)	sè	거둘	색	to harvest grains

[治本於农 务玆稼穡]

治理国家的根本在于农业、应适时播种、播种成熟的庄稼收割。

나라를 다스리는 근본은 농사에 있다. 때를 맞추어 심고, 씨 뿌리고, 익은 곡식은 거두어들이는데 힘써야 한다.

The foundation of governing the country lies in farming. You must plant in time, sow seeds, and work hard to harvest ripe crops.

国を治める根本は農業にあり、時を合わせて植え、種をまき、熟した穀物は収穫するのに力を入れなければならない。

Nền tảng cai trị đất nước nằm ở nông nghiệp. Phải cố gắng trồng đúng thời điểm, gieo hạt và thu hoạch ngũ cốc đã chín.

El fundamento del gobierno del país reside en la agricultura. Usted debe plantar a tiempo, sembrar semillas, y trabajar duro para cosechar cultivos maduros.

083. 俶载南亩 我艺黍稷

No	Chinese		Korean		English
	Writing	Reading	Meaning	Reading	Meaning
657	俶	chù	비로소	숙	1. to begin 2. to prepare, to put in order
658	载(載)	zǎi (zài)	실을	재	1. year 2. to record (zài) 1. to carry 2. be full of
659	南	nán	남녘	남	south
660	亩(畝)	mǔ	이랑	묘	a traditional unit of area (1 mu=0.0667 hectares)
661	我	wǒ	나	아	1. I 2. me 3. we
662	艺(藝)	yì	심을	예	1. skill 2. art
663	黍	shǔ	기장	서	broomcorn millet
664	稷	jì	기장	직	common millet

[俶載南畝 我藝黍稷]

我终于在南方的田里干活,种了小米。

비로소 남쪽 밭에서 일하며, 나는 기장을 심었다.

At last I worked in the southern field and planted millet.

ついに私は南の畑で働き、粟を植えました。

Cuối cùng tôi đã làm việc ở cánh đồng phía nam và trồng lúa gạo.

Por fin trabajé en el campo sur y planté mijo.

084. 税熟貢新 劝赏黜陟

No	Chinese		Korean		English
	Writing	Reading	Meaning	Reading	Meaning
665	税(稅)	shuì	구실	세	tax
666	熟	shú	익을	숙	1. ripe 2. cooked 3. familiar
667	贡(貢)	gòng	바칠	공	1. tribute 2. to offer tribute
668	新	xīn	새	신	1. new 2. newly-wed 3. newly
669	劝(勸)	quàn	권할	권	1. to advise 2. to encourage
670	赏(賞)	shǎng	상줄	상	1. to award 2. to admire 3. to appreciate
671	黜	chù	내칠	출	dismiss
672	陟	zhì	오를	척	1. to climb from a lower postion to a higher position 2. to promoted 3. to advance

[税熟贡新 劝赏黜陟]

纳税收为成熟的谷物、贡品收为新的谷物、并根据其功绩给予奖励或授予官职。

구실(예전에 온갖 세납을 통틀어 이르던 말)은 익은 곡물로 거두어들이고 공물(貢物: 나라에 상납하는 특산물)은 신곡(新穀:햇곡식)으로 받아들이며, 그 공적(功績)에 따라 상을 주든지 내쫓든지 벼슬을 올려주든지 권한다.

Tax payment is taken in as ripe grain, offerings are accepted as new grains, and depending on their achievements, it is recommended to award, expel, or raise the government position.

納税は熟した穀物として取り入れ、供物は新しい穀物として受け入れ、その功績によって賞を与えるか追い出すか官職を上げるか勧める。

Tiền thuế thu được từ ngũ cốc đã chín, công trình được chấp nhận như một loại ngũ cốc mới, và tùy theo thành tựu đó, chúng tôi khuyên bạn nên tặng thưởng hoặc đuổi việc hoặc nâng cấp chức vụ quan.

El pago de impuestos se toma como grano maduro, las ofrendas se aceptan como granos nuevos, y dependiendo de sus logros, se recomienda otorgar, expulsar o elevar la posición del gobierno.

085. 孟轲敦素 史鱼秉直

No	Chinese		Korean		English
	Writing	Reading	Meaning	Reading	Meaning
673	孟	mèng	맏	맹	eldest
674	轲(軻)	kē	굴대	가	given name of Mencius
675	敦	dūn	도타울	돈	sincere
676	素	sù	본디	소	1. plain 2. always 3. vegetable
677	史	shǐ	역사	사	history
678	鱼(魚)	yú	물고기	어	fish
679	秉	bǐng	잡을	병	1. to hold 2. preside over 3. be in accordance with
680	直	zhí	곧을	직	1. straight 2. vertical 3. upstanding

[孟轲敦素 史鱼秉直]

孟子本着思想和理念、致力于实践、而史鱼则坚守了正直的心。

맹자(孟子)는 근본 사상과 이념이 도타웠으며 이를 실천하는 데 힘을 기울였고, 사어(史魚)는 곧은 마음을 지켰다.

Mencius had deep fundamental ideas and ideologies, and he devoted his energy to practicing them, and Shi Yu kept his right mind.

孟子は根本思想と理念が芽生え、これの実践に力を注ぎ、史魚はまっすぐな心を守った。

Mạnh Tử có tư tưởng và ý niệm cơ bản sâu sắc, dồn hết sức lực vào việc thực hiện nó, Shi Yu đã giữ được tấm lòng đúng đắn.

Mencio tenía ideas y ideologías fundamentales profundas, y dedicó su energía a practicarlas, y Shi Yu mantuvo su mente correcta.

086. 庶几中庸 劳谦谨敕

No	Chinese Writing	Chinese Reading	Korean Meaning	Korean Reading	English Meaning
681	庶	shù	여러	서	1. numerous, various 2. ordinary 3. misbegotten
682	几(幾)	jǐ (jī)	몇	기	how much (jī) 1. small table 2. almost
683	中	zhōng (zhòng)	가운데	중	1. centre (Brit) 2. China (Am) 3. the middle (zhòng) 1. to hit 2. be hit by
684	庸	yōng	떳떳할	용	1. commonplace 2. mediocre 3. to need
685	劳(勞)	láo	일할	로	1. to work 2. to trouble 3. to toil
686	谦(謙)	qiān	겸손할	겸	modest
687	谨(謹)	jǐn	삼갈	근	1. warily 2. solemnly
688	敕(勅)	chì	칙서	칙	edict

[庶几中庸 劳谦谨敕]

希望抓住中心、不要偏离方向、努力努力、谦虚、言行谨慎、注意走正确的道路。

중심을 잡고 어느 쪽이든지 기울어지지 않기를 바라며 힘써 노력하고, 겸손하며 언행을 삼가고 조심하며 올바른 길을 걷도록 경계한다.

Take the center and try not to lean either way, humbly refrain from what you say and do, and be careful to follow the right path.

中心を取ってどちらでも傾かないように努め、謙遜して言行を慎み、気をつけて正しい道を歩むよう警戒する。

Cố gắng giữ trọng tâm và không nghiêng về phía nào, khiêm tốn, cẩn thận lời nói và hành động, cảnh giác để đi đúng đường.

Mantén el equilibrio y trata de no inclinarse por ninguno de los lados, y ten cuidado con las palabras y acciones con humildad y ten cuidado de de caminar por el camino correcto.

087. 聆音察理 鉴貌辨色

No	Chinese		Korean		English
	Writing	Reading	Meaning	Reading	Meaning
689	聆	líng	들을	령	to listen
690	音	yīn	소리	음	1. sound 2. news singular 3. syllable
691	察	chá	살필	찰	to check
692	理	lǐ	다스릴	리	1. texture 2. reason 3. natural science
693	鉴(鑑)	jiàn	거울	감	1. to reflect 2. to scrutinize 3. warning
694	貌	mào	모양	모	appearance
695	辨(辯)	biàn (pián)	판별할	변	to distinguish
696	色	sè	빛	색	1. colour (Brit) 2. color (Am) 3. expression

[聆音察理 鉴貌辨色]

听声音、看声音的道理、看举动、辨别颜色。

소리를 듣고 그 소리의 이치를 살피고, 거동(모습)을 보고 그 기색을 분별한다.

Listen to the sound, understand the reason of the sound, and distinguish its signs by its behavior.

音を聞いてその音の道理を察し, 挙動を見てその気配を見分ける。

Nghe âm thanh, đoán đạo lý của âm thanh đó, nhìn hành động và nhận ra dấu hiệu của nó.

Escuchar el sonido, observar la razón del sonido, ver el movimiento y discernir la señal.

088. 贻厥嘉猷 勉其祗植

No	Chinese		Korean		English
	Writing	Reading	Meaning	Reading	Meaning
697	贻(貽)	yí	끼칠	이	1. to present 2. to bequeath
698	厥	jué	그	궐	1. to faint 2. he, she, it
699	嘉	jiā	아름다울	가	1. fine 2. to praise
700	猷	yóu	꾀	유	strategy, plan
701	勉	miǎn	힘쓸	면	1. to strive 2. to encourage 3. force ~ to carry on
702	其	qí	그	기	1. his 2. her 3. its
703	祗	zhī	공경	지	respectful and polite
704	植	zhí	심을	식	1. to plant 2. to establish

[貽厥嘉猷 勉其祇植]

用恭敬的心去接受祖先留下的优秀教训、植根于我的内心、努力长久地珍藏。

조상이 남겨주신 훌륭한 교훈을 공경스러운 마음으로 받들어 모시고, 내 마음속에 심어서 뿌리내리도록 하여 오래오래 간직하도록 힘쓴다.

I will honor the great lessons left by my ancestors with respect, plant them in my heart, and cherish them forever.

先祖が残してくれた立派な教訓を敬う心で敬い仕え、私の心の中に植え、根付くようにして永遠に大事にする。

Tôi sẽ tôn trọng những bài học tuyệt vời mà tổ tiên đã để lại, trồng trong lòng tôi và giữ gìn nó mãi mãi.

Honraré con respeto las grandes lecciones dejadas por mis antepasados, las plantaré en mi corazón, y las cuidaré para siempre.

089. 省躬讥诫 宠增抗极

No	Chinese		Korean		English
	Writing	Reading	Meaning	Reading	Meaning
705	省	shěng (xǐng)	살필	성	1. to save 2. leave ~ out 3. province (xǐng) 1. examine oneself critically 2. to visit 3. be aware
706	躬	gōng	몸	궁	1. to bow 2. in person
707	讥(譏)	jī	나무랄	기	to mock
708	诫(誡)	jiè	경계할	계	1. to warn 2. religious tenets plural
709	宠(寵)	chǒng	사랑할	총	to love
710	增	zēng	더할	증	to increase
711	抗	kàng	겨룰	항	1. to resist 2. to refuse 3. be a match for
712	极(極)	jí	지극할	극	1. extreme 2. pole 3. go to an extreme

[省躬讥诫 宠增抗极]
察言观色、责戒自己 国王的宠爱越深、对谁都想较劲的傲慢情绪就越强烈。

자신의 과거를 살펴서 스스로를 꾸짖고 경계한다. 임금님의 총애가 더할수록 아무에게나 힘겨루기를 하고자 하는 오만한 마음이 극에 달한다.

Looking back at his past, he rebukes and warns himself. The more severe the king's total favor, the more arrogant the desire to compete with anyone.

自分の過去を振り返って自らを叱り、警戒する。王様の寵愛が激しいほど、誰にでも力比べをしようとする傲慢な気持ちがピークに達する。

Nhìn lại quá khứ của mình, tự trách mình và cảnh giác. Sự yêu mến của nhà vua càng mãnh liệt thì cảm giác kiêu ngạo khi cố gắng đấu tranh với bất kỳ ai cũng đạt đến đỉnh điểm.

Mirando hacia atrás a su pasado, se reprende y se advierte. Cuanto más severo sea el favor total del rey, más arrogante será el deseo de competir con cualquiera.

090. 殆辱近恥 林皋幸卽

No	Chinese Writing	Chinese Reading	Korean Meaning	Korean Reading	English Meaning
713	殆	dài	위태로울	태	1. dangerous, perilous 2. to endanger
714	辱	rǔ	욕될	욕	1. dishonour (Brit) 2. dishonor (Am) 3. to insult
715	近	jìn	가까울	근	1. near 2. close 3. close to
716	恥 (耻)	chǐ	부끄러울	치	1. shame 2. disgrace
717	林	lín	수풀	림	1. wood 2. forestry
718	皋 (皐)	gāo	언덕	고	the high land along a river, high riverbank
719	幸	xìng	다행	행	1. lucky 2. to rejoice 3. fortunately
720	卽	jí	곧	즉	1. to mean 2. namely

[殆辱近恥 林皋幸卽]

如果发生危险的事情或挨骂的事情、羞耻的事情就会临近。此时、最好到树林里或找物价、立即消除身心上的痛苦。

위태로운 일이나 욕을 당하는 일이 있게 되면 수치스러운 일이 가까이 다가온다. 그럴 때는 숲속이나 물가를 찾아서 곧바로 몸과 마음의 괴로움을 푸는 것이 바람직하다.

When there is a danger or a curse, a shameful thing comes close. In that case, it is desirable to find the forest or waterfront and immediately relieve the pain of the body and mind.

危ういことや悪口を言われることがあれば、恥ずべきことが近づく。そんな時は森の中や水辺を尋ねて直ちに体と心の苦しさを解消するのが望ましい。

Nếu có việc nguy hiểm hoặc bị chửi rủa thì việc xấu hổ sẽ đến gần. Những lúc như vậy, tìm kiếm trong rừng hoặc giá cả và giải tỏa nỗi đau của cơ thể và tâm hồn ngay lập tức.

Si hay algo en juego o que sea insultado, algo vergonzoso se acerca. En ese caso, es deseable ir al bosque o a la orilla del agua para aliviar la angustia del cuerpo y la mente inmediatamente.

091. 两疏见机 解组谁逼

No	Chinese		Korean		English
	Writing	Reading	Meaning	Reading	Meaning
721	两(兩)	liǎng	두	량	1. two 2. a few 3. both
722	疏(疎)	shū	트일	소	1. to dredge 2. to scatter 3. distant
723	见(見)	jiàn	볼	견	1. to see 2. come into contact with 3. be visible
724	机(機)	jī	틀	기	1. machine 2. aeroplane (Brit) 3. airplane (Am)
725	解	jiě (jiè)	풀	해	1. to divide 2. to untie 3. to relieve (jiè) to escort
726	组(組)	zǔ	짤	조	1. to form 2. group
727	谁(誰)	shuí (shéi)	누구	수	1. who 2. whoever
728	逼	bī	닥칠	핍	1. to force 2. press for 3. close in on

[两疏见机 解组谁逼]

萧广和萧受见机要退官、谁能责怪他们呢? 没人。

소광(疎廣)과 소수(疎受)는 기회를 엿보아 벼슬자리를 물러나려는데, 누가 그들을 비난할 사람이 있겠는가? 아무도 없다.

Shu Guang and Shu Shou try to resign from their posts at the opportunity, but who can blame them? Nobody.

疎廣と疎受は機會を見て官職を退こうとしますが、誰が彼らを責めることができますか? 誰もいません

Shu Guang và Shu Shou nhìn vào cơ hội để từ chức quan chức, ai có thể khiển trách họ? Không có ai cả.

¿Quién puede culparlos cuando Shu Guang y Shu Shou tratan de renunciar a sus puestos gubernamentales viendo la oportunidad? No hay nadie.

092. 索居闲处 沉默寂寥

No	Chinese		Korean		English
	Writing	Reading	Meaning	Reading	Meaning
729	索	suǒ	찾을	색	1. rope 2. chain 3. to search
730	居	jū	살	거	1. to live, to reside 2. to be 3. to claim
731	闲(閑)	xián	한가할	한	1. idle 2. quiet 3. unused
732	处(處)	chù (chǔ)	곳	처	1. place 2. department (chǔ) 1. get on with 2. be in 3. deal with
733	沉(沈)	chén	잠길	침	1. to sink 2. become grave 3. deep
734	默	mò	잠잠할	묵	1. do ~ silently 2. write ~ from memory
735	寂	jì	고요할	적	1. quiet 2. lonely
736	寥	liáo	쓸쓸할	요	1. few 2. silent

[索居闲处 沉默寂寥]

找个清静的地方生活、只觉得寂静凄凉。

한적한 곳을 찾아 살아보면, 말이 없고 잠잠하여 고요하고 쓸쓸하기만 하다.

If you live in a quiet place, you feel only calm and lonely.

暇なところを探して暮らしてみると、無口で静かで寂しいばかりだ。

Khi tôi tìm một nơi nhàn nhã, tôi cảm thấy bình tĩnh và cô đơn vì không có lời nói và sự yên tĩnh.

Es tranquilo y solitario vivir en un lugar donde hay poca gente.

093. 求古寻论 散虑逍遥

No	Chinese		Korean		English
	Writing	Reading	Meaning	Reading	Meaning
737	求	qiú	구할	구	1. to request 2. to strive 3. demand
738	古	gǔ	옛	고	1. ancient times plural 2. ancient
739	寻 (尋)	xún	찾을	심	to search
740	论 (論)	lùn	의논할	론	1. essay 2. theory 3. to discuss
741	散	sǎn (sàn)	흩어질	산	1. to loosen 2. loose (sàn) 1. break up 2. give ~ out 3. to dispel
742	虑 (慮)	lǜ	생각할	려	1. think about 2. concern
743	逍	xiāo	노닐	소	leisurely
744	遥 (遙)	yáo	멀	요	distant

[求古寻论 散虑逍遥]

为了从过去获得活在今天的智慧、了解应对现在和未来的方案、通过讨论进行探索。抛开烦恼和担心、以轻松的心情静静地到处散步。

옛것에서 오늘을 사는 지혜를 얻고 현재와 미래에 대처하기 위한 방안을 알기 위하여 토론을 통해 탐구한다. 근심, 걱정은 날려버리고 마음 내키는대로 홀가분한 마음으로 조용히 이곳저곳을 산책한다.

Explore through discussions to learn the wisdom of living today from old things and how to deal with the present and future.Let go of your worries and take a quiet walk here and there as you like.

古いものから今日を生きる知恵を得て、現在と未来に対処する方法を知るために、討論を通じて探求する。心配事は吹き飛ばし、気の向くまま静かにあちこちを散歩する。

Khám phá qua thảo luận để học hỏi sự khôn ngoan của cuộc sống ngày nay từ những điều cũ và cách đối phó với hiện tại và tương lai.Hãy quên đi những lo lắng của bạn và đi dạo một cách yên lặng ở đây và ở đó tùy thích.

Explora a través de discusiones para aprender la sabiduría de vivir hoy de las cosas viejas y cómo tratar con el presente y el futuro.Suelta tus preocupaciones y camina tranquilamente aquí y allá como quieras.

094. 欣奏累遣 戚谢欢招

No	Chinese		Korean		English
	Writing	Reading	Meaning	Reading	Meaning
745	欣	xīn	기쁠	흔	glad
746	奏	zòu	아뢸	주	1. to play a musical instrument 2. to produce 3. to offer
747	累	lěi (lèi)	여러	루	1. to accumulate 2. to involve 3. repeated (lèi) 1. tired 2. to tire 3. work hard
748	遣	qiǎn	보낼	견	to send. to dispatch
749	戚(感)	qī	겨레	척	1. worry about 2. relative
750	谢(謝)	xiè	사례	사	1. thank 2. to apologize 3. to decline
751	欢(歡)	huān	기쁠	환	1. happy 2. vigorous
752	招	zhāo	부를	초	1. to beckon 2. to recruit 3. to attract

[欣奏累遣 戚谢欢招]
喜事告之、祸人污名远之、悲事谢绝、喜事召之。

기쁜 일은 아뢰고, 남에게 폐를 끼치는 일이나 뒤집어쓰는 오명 같은 것은 멀리 몰아내고, 슬픈 일은 사절하고, 즐거운 일은 불러 들인다.

You inform happy things, drive away things that cause inconvenience to others or stigma, reject sad things, and bring in pleasant things.

嬉しいことは知らせ、人に迷惑をかけることや汚名などは遠ざけ、悲しいことは断り、楽しいことは呼び込む。

Thông báo những việc vui vẻ, những việc như gây phiền toái hay ô danh người khác được xua đuổi đi xa, từ chối những việc buồn và gọi những việc vui vẻ.

Informas cosas felices, alejas las cosas que causan molestias a los demás o estigma, rechazas las cosas tristes y traes cosas agradables.

095. 渠荷的历 园莽抽条

No	Chinese Writing	Chinese Reading	Korean Meaning	Korean Reading	English Meaning
753	渠	qú	개천	거	1. ditch 2. big
754	荷	hé (hè)	연	하	lotus (hè) 1. carry on one's shoulders 2. load
755	的	de (dí) (dī) (dí)	과녁	적	of (dì) target, aim (dī) taxi (dí) really and truly
756	历(歷)	lì	지낼	력	1. experience 2. calendar 3. previous
757	园(園)	yuán	동산	원	1. garden 2. park
758	莽	mǎng	우거질	망	1. coarse grass 2. rash
759	抽	chōu	뺄	추	1. take ~ out 2. to take 3. to sprout
760	条(條)	tiáo	가지	조	1. twig 2. strip 3. order

[渠荷的历 园莽抽条]

小溪里盛开的莲花鲜艳夺目、小山上茂密的草以地下的养分为食、伸展枝条茁壮成长。

개천에 핀 연꽃은 선명하고 아름다웠고, 동산에 우거진 풀들은 땅속의 영양분으로 가지가 뻗고 쑥쑥 자라고 있다.

The lotus flowers blooming in the stream were clear and beautiful, and the grasses in the garden are eating nutrients underground and growing with branches.

小川に咲いた蓮の花は鮮やかで美しく、小山に茂った草は地中の栄養分を食べて枝を伸ばしてすく育っている。

Hoa sen nở trên suối rất rõ ràng và đẹp đẽ, những loại cỏ mọc um tùm trên núi ăn chất dinh dưỡng trong lòng đất và vươn cành cây ra và lớn lên nhanh chóng.

Las flores de loto en el arroyo eran claras y hermosas, y las hierbas que se extienden en el jardín comen los nutrientes del suelo y crecen rápidamente.

096. 枇杷晚翠 梧桐早凋

No	Chinese		Korean		English
	Writing	Reading	Meaning	Reading	Meaning
761	枇	pí	비파나무	비	loquat
762	杷	pá	비파나무	파	loquat
763	晚 (晚)	wǎn	늦을	만	1. late 2. evening
764	翠	cuì	푸를	취	1. green 2. jadeite
765	梧	wú	오동	오	paulownia
766	桐	tóng	오동	동	paulownia
767	早	zǎo	이를	조	1. morning 2. a long time ago 3. early
768	凋	diāo	시들	조	to wither

[枇杷晚翠 梧桐早凋]

琵琶叶保持蓝色到很晚、梧桐叶迅速枯萎。

비파나무 잎사귀는 늦게까지 푸른색을 간직하고 있고, 오동나무 잎사귀는 일찍 시들어 떨어진다.

The loquat leaves remain blue until late, and the paulownia leaves wither quickly and fall off.

琵琶の葉は遅くまで青色を保っており、桐の葉は早く枯れて落ちる。

Lá của cây Pi Pa xanh đến tận cuối mùa, lá của cây Wu Tong héo sớm.

Las hojas de loquat permanecen azules hasta tarde, y las hojas de paulownia se marchitan rápidamente y se caen.

097. 陈根委翳 落叶飘飖

No	Chinese		Korean		English
	Writing	Reading	Meaning	Reading	Meaning
769	陈 (陳)	chén	묵을	진	1. set ~ out 2. to state 3. old
770	根	gēn	뿌리	근	1. root 2. offspring 3. base
771	委	wěi	맡길	위	1. to entrust 2. committee member 3. committee
772	翳	yì	가릴	예	1. to cover 2. feather screen 3. shade
773	落	luò (là)	떨어질	락	1. to fall 2. go down 3. to lower (là) 1. be missing 2. to leave 3. fall behind
774	叶 (葉)	yè (xié)	잎	엽	1. leaf 2. period (xié) 1. be harmonious 2. to assist 3. together
775	飘 (飄)	piāo	나부낄	표	1. to flutter 2. to wobble
776	飖 (飖)	yáo	불어 오르는 바람	요	1. sway 2. floating in the air

[陈根委翳 落叶飘飖]

老树根自己腐烂了、乱扔了、落叶随风飘扬。

묵은 나무뿌리는 저절로 썩어서 문드러진 채 버려져 있고, 낙엽은 바람에 휘날리어 나부끼고 있다.

The old tree roots are rotting and being thrown away, and the fallen leaves are fluttering in the wind.

古木の根はひとりでに腐って爛れて捨てられており、落ち葉は風になびいている。

Rễ cây cũ tự nhiên mục rữa và bị bỏ đi, lá rụng bay phấp phới trong gió.

Las raíces de los árboles viejos se descomponen automáticamente y se desechan, y las hojas caídas revolotean con el viento.

098. 游鲲独运 凌摩绛霄

No	Chinese		Korean		English
	Writing	Reading	Meaning	Reading	Meaning
777	游(遊)	yóu	놀	유	1. to swim 2. to tour 3. reach
778	鲲(鯤)	kūn	곤어	곤	a legendary fish
779	独(獨)	dú	홀로	독	1. only 2. alone 3. old people without children
780	运(運)	yùn	운전할	운	1. to move 2. to transport 3. to use
781	凌	líng	업신여길	능	1. to insult 2. to rise 3. to approach
782	摩	mó	문지를	마	1. rub ~ together 2. to stroke 3. mull ~ over
783	绛(絳)	jiàng	붉을	강	crimson
784	霄	xiāo	하늘	소	1. clouds plural 2. firmament

[遊鲲独运 凌摩绛霄]

鲲独自在苍海中游来游去、像小看一样抚摸着红霞满天的庄严景观。

곤어는 홀로 이곳저곳 창해를 헤엄쳐 다니며 노닐면서, 붉게 노을 진 하늘의 장엄한 경관을 업신여기듯 어루만지면서 누비고 있다.

A Kun swims about alone in the blue sea, stroking the majestic landscape of the red sunset sky.

鯤はひとりであちこちを蒼海を泳ぎ回って遊びながら、赤く夕焼けの空の荘厳な景観を、見下すように撫でながら立ち回っている。

Con Kun vừa tự mình bơi lội khắp nơi trên biển xanh, vừa vuốt ve cảnh quan trang nghiêm của bầu trời hoàng hôn đỏ.

Un Kun nadaba solo en el mar azul, acariciando el majestuoso paisaje del cielo rojo de la puesta del sol.

099. 耽读玩市 寓目囊箱

No	Chinese		Korean		English
	Writing	Reading	Meaning	Reading	Meaning
785	耽	dān	즐길	탐	1. to indulge in 2. be delayed
786	读(讀)	dú (dòu)	읽을	독	1. read aloud 2. to read 3. go to school (dòu) comma
787	玩(翫)	wán	가지고 놀	완	1. to play 2. have a good time 3. to visit
788	市	shì	저자	시	1. city 2. market
789	寓	yù	살	우	1. to live 2. to imply 3. residence
790	目	mù	눈	목	1. eye 2. item 3. catalogue (Brit)
791	囊	náng	주머니	낭	1. bag 2. pocket
792	箱	xiāng	상자	상	box

[耽读玩市 寓目囊箱]

王充喜欢逛市场书店卖的书、喜欢看书、只要一看到就会像捡到袋子或箱子一样放在脑子里、马上背下来。

왕충(王充)은 시장 책방에서 파는 책을 구경하면서 책 읽기를 즐겼으며, 한번 보기만 하면 자루나 상자 속에 주워 담듯이 머릿속에 주워 담아 금세 외워 버린다.

Wang Chong enjoyed reading books at the market bookstore, and whenever he saw them, he quickly memorized them as if they were in a a bag or box.

王充は市場の本屋で売られている本を見ながら本を読むことを楽しみ、一度見ると袋や箱の中に拾い込むように頭の中に拾い入れてすぐに覚えてしまう。

Wang Chong thích đọc sách khi ngắm những cuốn sách được bán tại các hiệu sách ở chợ và nhanh chóng học thuộc nó như thể đang được nhặt trong túi hoặc hộp.

A Wang Chong le gustaba leer libros vendidos en librerías del mercado, y una vez que lo veía, lo ponía en su cabeza como si lo pusiera en una bolsa o en una caja y lo memorizaba rápidamente.

100. 易輶攸畏 属耳垣墙

No	Chinese Writing	Chinese Reading	Korean Meaning	Korean Reading	English Meaning
793	易	yì	쉬울	이	1. easy 2. amiable 3. to change
794	輶	yóu	가벼울	유	1. a light carriage 2. light. trifling
795	攸	yōu	바	유	place
796	畏	wèi	두려워할	외	be afraid of
797	属(屬)	shǔ (zhǔ)	무리	속	1. genus 2. family member 3. be under (zhǔ) to join together
798	耳	ěr	귀	이	1. ear 2. side
799	垣	yuán	담	원	1. wall 2. city
800	墙(墻)	qiáng	담	장	wall

[易輶攸畏 属耳垣墙]

无论是轻松轻松的事情、还是微不足道的事情、都应感到害怕、而且墙壁上还贴着耳朵、以偷听别人说话的心态、时刻小心交谈。

쉽고 편안한 일이거나 가볍고 하찮은 일이거나 모두 두렵게 여겨야 할 바이고, 담장에도 귀가 붙어있어 남의 말을 몰래 엿듣고 있다는 마음으로 항상 주고받고 하는 말들을 조심하여야 한다.

You should be afraid of everything, whether it's easy and comfortable or light and trivial, and be careful of what you always say with the mind that you're eavesdropping on other people's words because you have ears attached to the fence.

簡単で楽なことであれ、軽くてつまらないことであれ、誰もが恐れるべきであり、塀にも耳がついていて、他人の言葉を密かに盗み聞きしているという気持ちで常に取り交わす言葉に気をつけなければならない。

Dù là việc dễ dàng, thoải mái hay việc nhẹ nhàng hay việc nhỏ nhặt, tất cả đều phải sợ hãi, và phải cẩn thận với những lời nói của người khác với tâm trạng đang nghe lén lời nói của người khác.

Ya sea fácil o cómodo, ligero o trivial, cualquiera debe tener miedo y debe tener cuidado con lo que siempre intercambia con la sensación de que escucha secretamente a los demás porque incluso la pared tiene oídos.

101. 具膳飧饭 适口充肠

No	Chinese		Korean		English
	Writing	Reading	Meaning	Reading	Meaning
801	具	jù	갖출	구	1. to have 2. utensil
802	膳	shàn	반찬	선	meal
803	飧	sūn	저녁밥	손	dinner
804	饭(飯)	fàn	밥	반	1. meal 2. rice
805	适(適)	shì	맞을	적	1. suitable 2. right 3. well
806	口	kǒu	입	구	1. mouth 2. taste 3. rim
807	充	chōng	채울	충	1. to fill 2. act as 3. pass ~ off as
808	肠(腸)	cháng	창자	장	intestines plural

[具膳飡饭 适口充肠]

配了菜吃饭、饭菜味道可口、吃得饱饱的。

반찬을 갖추어 밥을 먹으니 음식 맛이 입에 맞아 배불리 먹었다.

When I had a meal with side dishes, the taste of the food fit my taste and I was full.

おかずをそろえてご飯を食べたので、味が口に合うのでお腹いっぱい食べた。

Tôi đã ăn cơm với các món ăn kèm, vì tôi thích vị của cơm nên tôi đã ăn no bụng.

Comí arroz con platos secundarios y estaba lleno porque tenía buen gusto.

102. 饱饫烹宰 饥厌糟糠

No	Chinese		Korean		English
	Writing	Reading	Meaning	Reading	Meaning
809	饱(飽)	bǎo	배부를	포	1. full 2. fully 3. to satisfy
810	饫(飫)	yù	물릴	어	full in the stomach
811	烹	pēng	삶을	팽	to cook
812	宰	zǎi	재상	재	1. to rule 2. to slaughter
813	饥(飢)	jī	주릴	기	1. hungry 2. famine
814	厌(厭)	yàn	싫어할	염	1. be satisfied 2. be fed up with 3. to detest
815	糟	zāo	지게미	조	1. dregs plural 2. to waste 3. flavour (Brit) or flavor (Am) with alcohol
816	糠	kāng	겨	강	rice bran, chaff, husk

[饱饫烹宰 饥厌糟糠]
肚子饱的时候不想吃好吃的东西、饿的时候要吃饱酒糟或米糠等粗暴的食物。

배가 부를 때는 맛있는 음식도 먹기 싫어지고, 굶주릴 때는 술지게미나 쌀겨 같은 거친 음식이라도 배불리 먹어야 한다.

When you are full, you don't want to eat delicious food, and when you are hungry, you should to eat a lot of even rough foods such as wine lees and rice bran.

満腹の時は美味しい食べ物も食べたくなくなり、お腹がすいた時には酒粕や米ぬかのような粗末な食べ物でも腹いっぱい食べなければならない。

Khi bạn no bụng rồi thì cũng không muốn ăn những món ngon và khi bạn đói, bạn nên ăn nhiều thậm chí những món ăn thô bạo như bã rượu hoặc cám gạo.

Cuando estás lleno, no quieres comer comida deliciosa, y cuando tienes hambre, debes comer muchos alimentos incluso ásperos como leas de vino y cáscara de arroz.

103. 亲戚故旧 老少异粮

No	Chinese		Korean		English
	Writing	Reading	Meaning	Reading	Meaning
817	亲(親)	qīn	친할	친	1. parent 2. relative 3. marriage
818	戚	qī	겨레	척	relative
819	故	gù	예	고	1. incident 2. reason 3. friendship
820	旧(舊)	jiù	예	구	1. old 2. used 3. old friend
821	老	lǎo	늙을	노	1. old 2. experienced 3. over-done
822	少	shào (shǎo)	적을	소	1. young 2. teenager (shǎo) 1. few 2. to lack 3. be missing
823	异(異)	yì	다를	이	1. different 2. strange 3. surprising
824	粮(糧)	liáng	양식	량	grain

[亲戚故旧 老少异粮]

在招待亲戚老朋友时、老人和年轻人的饮食要有差异。

친척과 옛 친구들을 대접할 때에는, 노인과 젊은이들과의 음식은 차이가 있어야 한다.

There should be a difference in food between the elderly and the young when serving relatives and old friends.

親戚や昔の友達をもてなす時は、老人と若者達との食べ物に差がなければならない。

Khi tiếp đãi người thân, bạn bè cũ thì phải có sự khác biệt về thức ăn giữa người già và thanh niên.

Al tratar a un pariente o un viejo amigo, debe haber una diferencia en la comida de los ancianos y los jóvenes.

104. 妾御绩纺 侍巾帷房

No	Chinese		Korean		English
	Writing	Reading	Meaning	Reading	Meaning
825	妾	qiè	첩	첩	concubine
826	御	yù	거느릴	어	1. to drive 2. keep ~ out
827	绩 (績)	jì	길쌈할	적	1. to spin (hemp etc) 2. achievement
828	纺 (紡)	fǎng	길쌈	방	1. to spin (cotton or hemp etc) 2. silk
829	侍	shì	모실	시	to serve
830	巾	jīn	수건	건	1. towel, cloth 2. headscarf
831	帷	wéi	휘장	유	curtain
832	房	fáng	방	방	1. house 2. room

[妾御绩纺 侍巾帷房]

妻子、妾、侍女织布、里屋则拿着毛巾和梳子侍奉丈夫。

처, 첩, 시녀는 길쌈을 하고, 안방에서는 수건과 빗을 들고 남편을 섬긴다.

Wives, concubines and maids weave, and in the inner room they serve their husbands with towels and combs.

妻、妾、侍女は機織りをし、奥の間ではタオルとくしを持って夫に仕える。

Những người vợ, thê thiếp và người giúp việc dệt vải, còn ở phòng ngủ chính họ phục vụ chồng mình những khăn và lược.

Esposas, concubinas y doncellas tejen, y en la habitación interior sirven a sus maridos toallas y peines.

105. 纨扇圆洁 银烛炜煌

No	Chinese		Korean		English
	Writing	Reading	Meaning	Reading	Meaning
833	纨(紈)	wán	흰 비단	환	white and fine silk
834	扇	shàn (shān)	부채	선	1. to fan 2. leaf (shān) 1. to fan 2. to slap
835	圆(圓)	yuán	둥글	원	1. round 2. spherical 3. satisfactory
836	洁(潔)	jié	깨끗할	결	clean
837	银(銀)	yín	은	은	1. silver 2. money
838	烛(燭)	zhú	촛불	촉	1. candle 2. to illuminate
839	炜(煒)	wěi	빨갈	위	1. brilliant and bright 2. glowing
840	煌	huáng	빛날	황	bright

[纨扇圆洁 银烛炜煌]
用白绸制成的扇子又圆又干净、银烛台上的烛光明亮又耀眼。

흰 비단으로 만든 부채는 둥글고 깨끗하며, 은촛대의 촛불은 밝고 눈부시게 빛나고 있다.

The white silk fan is round and clean, and the silver candlelight is bright and dazzling.

白い絹で作られた扇子は丸くてきれいで、銀の燭台のロウソクは明るくまぶしく輝いている。

Quạt được làm bằng lụa trắng tròn và sạch sẽ, ngọn nến của đèn cầy bạc sáng và rực rỡ.

El abanico hecho de seda blanca es redondo y limpio, y la vela de la vela de plata brilla brillante y deslumbrante.

106. 昼眠夕寐 蓝笋象床

No	Chinese Writing	Chinese Reading	Korean Meaning	Korean Reading	English Meaning
841	昼(晝)	zhòu	낮	주	daylight
842	眠	mián	잠잘	면	1. to sleep 2. to hibernate
843	夕	xī	저녁	석	1. sunset 2. evening
844	寐	mèi	잠잘	매	to sleep
845	蓝(藍)	lán	쪽	람	blue
846	笋(筍)	sǔn	죽순	순	bamboo shoot
847	象	xiàng	코끼리	상	1. elephant 2. appearance 3. to imitate
848	床	chuáng	평상	상	bed

[昼眠夕寐 蓝笋象床]
白天睡午觉或晚上睡夜觉的床铺是用绿色竹皮编织的竹席铺成、用象牙装饰。

낮에는 낮잠이나 자고 밤에는 밤잠을 자는 침상에는 푸른 대나무 껍질로 엮어 만든 대자리가 깔려있고 상아(象牙)로 장식돼 있다.

The bed, which takes a nap during the day and sleeps at night, is decorated with ivory, with a mat woven from a blue bamboo shell.

昼は昼寝でも寝て夜は眠る寝床は青い竹の皮で編んで作った竹席が敷かれており、象牙で装飾されている。

Chiếc giường ngủ ban ngày và ngủ ban đêm được trang trí bằng ngà voi, với một tấm thảm dệt từ vỏ tre xanh.

La cama, que toma una siesta durante el día y duerme por la noche, está decorada con marfil, con una alfombra tejida de una cáscara de bambú azul.

107. 弦歌酒宴 接杯举觞

No	Chinese		Korean		English
	Writing	Reading	Meaning	Reading	Meaning
849	弦(絃)	xián	활시위	현	1. string 2. spring 3. hypotenuse
850	歌	gē	노래	가	1. song 2. to sing
851	酒	jiǔ	술	주	alcohol
852	宴(讌)	yàn	잔치	연	to host a dinner
853	接	jiē	이을	접	1. draw near 2. to connect 3. to catch
854	杯	bēi	잔	배	1. cup 2. drink 3. glass
855	举(擧)	jǔ	들	거	1. to raise 2. to mobilize 3. to elect
856	觞(觴)	shāng	잔	상	1. a cup filled with wine, a cup used for drinking wine (Archaic) 2. offer a drink

[弦歌酒宴 接杯举觞]
随着弦乐器的声音唱歌、边喝酒边举行宴会。互相对杯或高举杯、享受快乐。

현악기 소리에 맞추어 노래를 부르고 술을 마시며 잔치를 베푼다. 술잔을 서로 마주 대기도 하고 술잔을 높이 들기도 하면서 즐거워한다.

Sing to the sound of stringed instruments and hold a banquet while drinking. They enjoy drinking glasses facing each other or holding them high.

弦楽器の音に合わせて歌を歌い、お酒を飲みながら宴を開く。杯を互いに向き合ったり、高く持ち上げたりしながら楽しがる。

Hát theo tiếng nhạc cụ dây, vừa uống rượu vừa mở tiệc. Họ vui vẻ nâng ly rượu lên cao hoặc chạm chén rượu vào nhau.

Al ritmo de los instrumentos de cuerda, canta, bebe y celebra un banquete. Se divierten el uno al otro enfrentándose a una copa o levantando la copa en alto.

108. 矫手顿足 悦豫且康

No	Chinese Writing	Chinese Reading	Korean Meaning	Korean Reading	English Meaning
857	矫(矯)	jiǎo	바로잡을	교	1. to correct 2. strong
858	手	shǒu	손	수	1. hand 2. expert
859	顿(頓)	dùn	조아릴	돈	1. to pause 2. to kowtow 3. to stamp
860	足	zú	발	족	1. foot 2. ample 3. as much as
861	悦(悅)	yuè	기쁠	열	1. happy 2. to please
862	豫	yù	미리	예	1. to comfort, to ease 2. lively, happy
863	且	qiě	또	차	1. for the time being 2. even 3. and
864	康	kāng	편안할	강	1. healthy 2. well off

[矫手顿足 悦豫且康]
手举得高高挥舞、蹦蹦跳跳、高兴和快乐、这种事情越多、就越舒服。

손을 높이 들고 흔들며 발을 동동거리며 춤을 추니 기쁘고 즐겁고 이런 일이 거듭할수록 편안하기가 그지없다.

I'm happy and happy to dance with my hands up high and waving and jumping up and down, and the more things like this happen, the more comfortable it is.

手を高く上げて振りながら飛び跳ねながら踊ることができて嬉しくて楽しく、このようなことが多くなるほど、この上なく気楽だ

Tôi rất vui và hạnh phúc khi được nhảy với đôi tay giơ cao, vẫy vẫy và nhảy lên nhảy xuống, và càng nhiều việc như thế này xảy ra thì tôi càng cảm thấy thoải mái.

Estoy feliz y feliz de bailar con mis manos arriba y saludando y saltando arriba y abajo, y cuanto más cosas como esto suceden, más cómoda es.

109. 嫡後嗣续 祭祀蒸尝

No	Chinese Writing	Chinese Reading	Korean Meaning	Korean Reading	English Meaning
865	嫡	dí	정실	적	1. first wife 2. blood 3. orthodox
866	後	hòu	뒤	후	1. the back 2. the last 3. children
867	嗣	sì	이을	사	1. succeed to 2. succession (to a title)
868	续(續)	xù	이을	속	1. to continue 2. to extend 3. to add
869	祭	jì	제사	제	1. to sacrifice 2. hold a memorial service
870	祀	sì	제사	사	to sacrifice
871	蒸	zhēng	찔	증	1. to steam 2. to evaporate
872	尝(嘗)	cháng	맛볼	상	1. to taste 2. ever

[嫡後嗣续 祭祀蒸尝]

嫡子作为后代、应努力使祖先的代价不断延续下去、在时祭上、冬季祭祀称为蒸、秋季祭祀为尝。

적자는 후손으로서 조상의 대가 끊이지 않고 계속 이어지도록 힘써야 할 것이며, 시제(時祭)에는 겨울제사를 증(蒸)이라 하고 가을제사를 상(嘗)이라고 하였다.

As descendants of the deficit, they should strive to keep their ancestors generations continuously, and in the tense, winter rituals were called Zheng, and autumn rituals were called Chang.

嫡子は子孫として先祖の代が絶えないよう努力し、時祭には冬の祭祀を蒸とし、秋の祭祀を嘗とした。

Là hậu duệ của thâm hụt, họ nên cố gắng liên tục giữ gìn tổ tiên của mình, và vào thời điểm đó, các nghi lễ mùa đông được gọi là Zheng, và các nghi lễ mùa thu được gọi là Chang.

Como descendientes del déficit, deberían esforzarse por mantener continuamente a sus antepasados generaciones, y en el tiempo, los rituales de invierno se llamaban Zheng, y los rituales de otoño se llamaban Chang.

110. 稽顙再拜 悚懼恐惶

No	Chinese		Korean		English
	Writing	Reading	Meaning	Reading	Meaning
873	稽	qǐ (jī)	상고할	계	to bow to the ground (jī) check
874	顙(顙)	sǎng	이마	상	forehead
875	再	zài	두 번	재	1. again 2. more 3. then
876	拜	bài	절	배	1. pay a visit 2. to acknowledge
877	悚	sǒng (sóng)	두려울	송	be afraid of, frightened (sóng) be weak-minded
878	懼(懼)	jù	두려울	구	be frightened
879	恐	kǒng	두려울	공	1. to fear 2. probably
880	惶	huáng	두려울	황	to fear

[稽顙再拜 悚懼恐惶]

前額垂下两鞠躬、祭祀后因未能尽到对祖先的孝道而感到内疚、不禁感到内疚和恐惧。

이마가 땅에 닿도록 머리 숙여 두 번 절하고, 제사를 지내고 나니 조상에 대한 효도를 다하지 못한 죄책감 때문에 죄진 두려운 마음을 금할 수 없다.

I bow down twice so that my forehead touches the ground and hold a rite, so I can't help but be afraid of sin because of the guilt of not performing filial piety to my ancestors.

額が地に着くまで頭を下げて2回お辞儀をして祭祀を執り行うと、先祖への孝行を果たせなかった罪悪感のため、罪への恐怖を禁じえない。

Tôi cúi đầu hai lần để trán chạm đất và làm lễ, vì cảm giác tội lỗi không thể làm hết lòng hiếu thảo với tổ tiên nên tôi không thể ngăn chặn nỗi sợ hãi tội lỗi.

Me inclino dos veces para que mi frente toque el suelo y sostenga un rito, así que no puedo evitar tener miedo del pecado debido a la culpa de no hacer piedad filial a mis antepasados.

111. 笺牒简要 顾答审详

No	Chinese Writing	Chinese Reading	Korean Meaning	Korean Reading	English Meaning
881	笺(牋)	jiān	종이	전	writing paper
882	牒	dié	편지	첩	official document
883	简(簡)	jiǎn	간략할	간	1. simple 2. to simplify
884	要	yào	중요할	요	1. important 2. main issue 3. to want
885	顾(顧)	gù	돌아볼	고	1. to look 2. attend to 3. to visit
886	答	dá	대답할	답	1. to answer 2. to repay
887	审(審)	shěn	살필	심	1. careful 2. go over 3. to try
888	详(詳)	xiáng	자세할	상	1. detailed 2. to explain 3. to know

[笺牒简要 顾答审详]

简明扼要地写出文件和信件的要点、回答要避免立即回答、留出时间回顾一下、小心翼翼地仔细观察问话的核心是什么。

문서나 편지는 요점만 간결하고 분명하게 쓰는 것이 바람직하고, 대답은 즉답을 피하고 한 번쯤 뒤돌아보는 여유를 가지고 묻는 말의 핵심이 무엇인가를 조심스럽게 자세히 살핀다.

It is desirable to write documents or letters simply and clearly to the point, and carefully scrutinize what the core of the question is, avoiding immediate answers and taking time to look back.

文書や手紙は要点だけを簡潔で明確に書くことが望ましく、返事は即答を避け、一度は振り返る余裕を持って尋ねる言葉の核心が何かを慎重に調べる。

Tốt hơn hết là viết văn bản hoặc thư ngắn gọn và rõ ràng, và hãy cẩn thận xem trọng tâm của câu hỏi là gì với khoảng thời gian rảnh rỗi tránh trả lời tức thời và nhìn lại một lần.

Es deseable escribir documentos o cartas sencillamente y claramente al punto, y examinar cuidadosamente cuál es el núcleo de la pregunta, evitando respuestas inmediatas y tomando tiempo para mirar hacia atrás.

112. 骸垢想浴 执热愿凉

No	Chinese		Korean		English
	Writing	Reading	Meaning	Reading	Meaning
889	骸	hái	뼈	해	1. bones plural 2. body
890	垢	gòu	때	구	1. filth 2. insult 3. filthy
891	想	xiǎng	생각할	상	1. to think 2. to reckon 3. want to
892	浴	yù	목욕할	욕	to wash
893	执(執)	zhí	잡을	집	1. to hold 2. take charge of 3. stick to
894	热(熱)	rè	더울	열	1. heat 2. fever 3. hot
895	愿(願)	yuàn	원할	원	1. wish 2. promise
896	凉	liáng	서늘할	량	1. cool 2. disappointed

[骸垢想浴 执热愿凉]
如果身上沾上污垢、就想洗个澡、热了就希望凉。

몸에 때가 끼면 목욕하고 싶은 생각을 하고 더워지면 서늘하기를 바란다.

I want to take a bath when my body gets dirty, and I want it to be cool when it gets hot.

体に垢がついたらお風呂に入りたいと思って、暑くなったら涼しいことを願う。

Mình muốn tắm khi cơ thể mình dơ bẩn, và mình muốn nó mát mẻ khi trời nóng.

Quiero bañarme cuando mi cuerpo se ensucie, y quiero que esté fresco cuando se caliente.

113. 驴骡犊特 骇跃超骧

No	Chinese		Korean		English
	Writing	Reading	Meaning	Reading	Meaning
897	驴 (驢)	lǘ	나귀	려	donkey
898	骡 (騾)	luó	노새	라	mule
899	犊 (犢)	dú	송아지	독	calf
900	特	tè	특별할	특	1. special 2. especially 3. extremely
901	骇 (駭)	hài	놀랄	해	to shock, to astonish
902	跃 (躍)	yuè	뛸	약	to leap, to jump
903	超	chāo	뛰어넘을	초	1. to exceed 2. to transcend 3. super
904	骧 (驤)	xiāng	달릴	양	1. to gallop or to prance (horse) 2. to rise upward, to raise

[驴骡犊特 骇跃超骧]

驴子、骡子、小牛、公牛在草原上惊惶失措、奔跑着、跳跃着、安详地玩耍着。

나귀, 노새, 송아지, 큰 소들이 드넓은 초원에서 놀라서 날뛰기도 하고 달리다가 뛰어넘기도 하면서 평화롭게 노닌다.

The donkeys, mules, calves, and big cows play peacefully in a large meadow by running or jumping in surprise.

ロバ(驢馬)、ノセ、子牛、大きな牛が大きな草原で驚いて暴れたり、走ったり、飛び越えたりして平和に遊ぶ。

Lừa, la, bê và bò lớn chơi bình yên trên một đồng cỏ rộng lớn bằng cách cách chạy hoặc nhảy bất ngờ.

Los burros, mulas, terneros y vacas grandes juegan pacíficamente en un gran prado corriendo o saltando de sorpresa.

114. 诛斩贼盗 捕获叛亡

No	Chinese Writing	Chinese Reading	Korean Meaning	Korean Reading	English Meaning
905	诛(誅)	zhū	벨	주	1. to kill a criminal 2. to punish
906	斩(斬)	zhǎn	벨	참	to chop, to behead
907	贼(賊)	zéi	도둑	적	1. thief 2. traitor 3. evil
908	盗(盜)	dào	훔칠	도	1. to rob 2. robber
909	捕	bǔ	잡을	포	to catch
910	获(獲)	huò	얻을	획	1. to capture 2. to obtain 3. to reap
911	叛	pàn	배반할	반	to betray
912	亡	wáng	망할	망	1. to die 2. deceased

[诛斩贼盗 捕获叛亡]

背叛国君或偷窃的、必被砍死、背叛信义的、或犯罪后逃跑的、必被抓获、严惩不贷。

나라의 임금을 배반하는 역적이나 도둑질하는 사람은 베어 죽이고, 신의를 배반하거나 죄를 짓고 도망간 자는 잡아 들여서 그 죄를 묻고 엄히 다스린다.

Those who betray the king of the country or steal will be slashed to death, and those who betray faith or run away after committing a crime will be captured and severely punished.

国の王を裏切る逆賊や盗みをする者は斬り殺し、信義を裏切ったり、罪を犯して逃げた者は捕え入れてその罪を問い厳しく罰する。

Những kẻ phản bội vua nước hay trộm cắp sẽ bị chém chết, những kẻ phản bội đức tin hoặc bỏ trốn sau khi phạm tội sẽ bị bắt và xử phạt nghiêm.

Aquellos que traicionan al rey del país o roban serán cortados a muerte, y aquellos que traicionan la fe o huyen después de cometer un crimen serán capturados y severamente castigados.

115. 布射僚丸 嵇琴阮啸

No	Chinese		Korean		English
	Writing	Reading	Meaning	Reading	Meaning
913	布	bù	베	포	1. cloth 2. to publicize 3. to spread
914	射	shè	쏠	사	1. to shoot 2. to spout 3. to emit
915	僚	liáo	동료	료	1. official 2. associate
916	丸	wán	둥글	환	1. ball 2. pill
917	嵇(嵆)	jī	산 이름	혜	surname Ji
918	琴	qín	거문고	금	guqin, qin, zither
919	阮	ruǎn	성	완	1. surname Ruan 2. ruan, a four-stringed Chinese lute
920	啸(嘯)	xiào	휘파람 불	소	1. to whistle 2. to roar

[布射僚丸 嵇琴阮啸]

吕布射箭打得好、熊宜僚滚铃铛打得好。嵇康擅长弹玄琴、阮籍则擅长吹口哨。

여포(呂布)는 활을 잘 쏘았고 웅의료(熊宜僚)는 방울 굴리기를 잘 하였다. 혜강(嵇康)은 거문고를 잘 연주하였고 완적(阮籍)은 휘파람을 잘 불었다.

Lu Bu was good at archery and Xiong Yiliao was good at rolling bells. Ji Kang played Geomungo well, while Ruan Ji whistled well.

呂布は弓をよく射、熊宜僚は鈴を回すのが上手だった。嵇康はコムンゴを上手に演奏し、阮籍は口笛を上手に吹いた。

Lu Bu bắn cung rất tốt, Xiong Yiliao rất giỏi xoay chuông. Ji Kang chơi Geomungo giỏi, còn Ruan Ji huýt sáo rất hay.

Lu Bu disparó bien el arco, y Xiong Yiliao era bueno en girar las campanas. Ji Kang tocaba bien el Geomungo, mientras que Ruan Ji silbaba bien.

116. 恬笔伦纸 钧巧任钓

No	Chinese Writing	Chinese Reading	Korean Meaning	Korean Reading	English Meaning
921	恬	tián	편안할	념	quiet
922	笔(筆)	bǐ	붓	필	1. pen 2. calligraphic technique 3. brush stroke
923	伦(倫)	lún	인륜	륜	1. human relationships plural 2. order 3. match
924	纸(紙)	zhǐ	종이	지	paper
925	钧(鈞)	jūn	서른 근	균	1. a unit of measurement used to calculate weight in ancient China, 1 jun=30 jin 2. potter's wheel 3. a reverent term, used to refer to one's senior
926	巧	qiǎo	교묘할	교	1. nimble 2. skilful (Brit), skillful (Am)
927	任	rèn (rén)	맡길	임	1. to appoint 2. take up 3. to let (rén) surname Ren
928	钓(釣)	diào	낚시	조	to fish

[恬笔伦纸 钧巧任钓]

蒙恬是首次制作毛笔、蔡伦是首次制作纸张。马钧用巧妙的才能制作了指南车、任公子的钓鱼也做得很好。

몽념(蒙恬)은 붓(筆)을 처음 만들었고 채륜(蔡倫)은 종이(紙)를 처음으로 만들었다. 마균(馬鈞)은 공교로운 재주로 지남거(指南車)를 만들었고 임공자(任公子)는 낚시질을 잘 하였다.

Mong Tian made the first brush, and Cai Lun made the first paper. Ma Jun made Zhinanche(a compass vehicle) with his talent, and Ren Gongzi was good at fishing.

蒙恬は筆を初めて作り、蔡倫は紙を初めて作った。馬鈞は精巧な技芸で指南車を製作し、任公子は釣りが上手だった。

Mong Tian lần đầu tiên tạo ra bút lông và Cai Lun lần đầu tiên tạo ra giấy. Ma Jun đã tạo ra một con Zhinanche(một chiếc xe la bàn) bằng tài năng của mình và Ren Gongzi giỏi câu cá.

Mong Tian hizo el primer pincel, y Cai Lun hizo el primer papel. Ma Jun hizo Zhinanche (un vehículo de brújula) con su talento, y Ren Gongzi era bueno en la pesca.

117. 释纷利俗 并皆佳妙

No	Chinese		Korean		English
	Writing	Reading	Meaning	Reading	Meaning
929	释(釋)	shì	풀	석	to explain
930	纷(紛)	fēn	어지러울	분	1. numerous 2. confused
931	利	lì	이로울	리	1. sharp 2. advantageous 3. interest
932	俗	sú	풍속	속	1. custom 2. laity 3. popular
933	并(竝)	bìng	아우를	병	1. to merge 2. bring ~ together 3. side by side
934	皆	jiē	다	개	all
935	佳	jiā	아름다울	가	fine
936	妙	miào	묘할	묘	1. wonderful 2. ingenious

[释纷利俗 并皆佳妙]
是解开杂乱无章的新风俗、也是所有的一切融为一体的美丽奇妙的技艺。

어지러워진 것을 풀어주는 새롭고 이로운 풍속들이며, 모두 다 아우러진 아름답고 기묘한 재주들이다.

It is a new and beneficial custom that unravels the disordered things, and it is a beautiful and odd talents that brings everything together.

乱れたものを解きほぐしてくれる新しく利する風俗たちであり、すべてが一つになった美しく奇妙な芸たちだ。

Đó là một phong tục mới và hữu ích giúp giải quyết những thứ lộn xộn, và đó là một tài năng đẹp và kỳ lạ kết hợp mọi thứ lại với nhau.

Es una costumbre nueva y beneficiosa que desentraña las cosas desordenadas, y es un hermoso y extraño talento que reúne todo.

118. 毛施淑姿 工嚬妍笑

No	Chinese		Korean		English
	Writing	Reading	Meaning	Reading	Meaning
937	毛	máo	털	모	1. hair 2. mildew 3. mould (Brit)
938	施	shī	베풀	시	1. carry ~ out 2. to exert 3. to apply
939	淑	shū	맑을	숙	ladylike
940	姿	zī	모양	자	1. looks plural 2. posture
941	工	gōng	장인	공	1. worker 2. the working class 3. work
942	嚬(顰)	pín	찡그릴	빈	to frown
943	妍(姸)	yán	고울	연	beautiful, fine
944	笑	xiào	웃을	소	1. to laugh 2. laugh at

[毛施淑姿 工嚬妍笑]

毛嬙和西施的相貌肃穆美丽。西施连皱眉的样子都那么美丽、那么她那微笑的样子该有多美呢?

모장(毛嬙)과 서시(西施)는 용모가 정숙하고 아름다웠다. 서시는 찡그린 모습조차도 아름다웠는데 곱게 웃는 모습은 얼마나 예쁘고 아름다울까?

The appearances of Mao Qiang and Xi Shi are virtuous and beautiful. Xi Shi even frowned beautiful, then how beautiful must her smile be?

毛嬙和西施の容貌は貞淑して美しかった。西施は眉をひそめる姿もきれいだったが、彼女の笑顔はどれほど美しいだろうか。

Diện mạo của Mao Qiang và Xi Shi rất trang nghiêm và đẹp. nếu ngay cả hình ảnh của Xi Shi nhăn nhó cũng đẹp thì nụ cười của cô ấy đẹp biết bao nhiêu?

Mao Qiang y Xi Shi tienen un aspecto solemne y hermoso. Xi Shi incluso el ceño fruncido es hermoso, ¿qué tan hermoso será su sonrisa?

119. 年矢每催 曦暉朗耀

No	Chinese		Korean		English
	Writing	Reading	Meaning	Reading	Meaning
945	年	nián	해	년	1. year 2. New Year 3. age
946	矢	shǐ	화살	시	arrow
947	每	měi	매양	매	1. every, each 2. every time
948	催	cuī	재촉할	최	1. to hurry 2. speed ~ up
949	曦	xī	햇빛	희	sunlight, sunshine
950	晖(暉)	huī	빛날	휘	sunlight
951	朗	lǎng	밝을	랑	1. bright 2. clear
952	耀(曜)	yào	빛날	요	1. radiance 2. to shine 3. boast of

[年失每催 曦晖朗耀]
虽然岁月如箭般飞快、但每次都催促快走、阳光明媚。

세월은 화살과 같이 빠르게 가는데도 매번 빨리 가자고 재촉하고, 햇빛은 밝게 빛나고 있다.

Even though time flies fast, they always urge us to go fast, and the sunlight is shining brightly.

歳月は矢のように速く行くのにも毎回早く行こうと催促し、日光は明るく輝いている。

Dù thời gian có trôi nhanh như mũi tên nhưng lần nào cũng thúc giục chúng ta đi nhanh, và ánh mặt trời đang tỏa sáng.

Aunque el tiempo vuela rápido, siempre nos instan a ir rápido, y la luz del sol brilla brillantemente.

120. 璇玑悬斡 晦魄环照

No	Chinese Writing	Chinese Reading	Korean Meaning	Korean Reading	English Meaning
953	璇	xuán	옥	선	fine jade
954	玑 (璣)	jī	구슬	기	1. irregular shaped pearl 2. an astrological device used in ancient China
955	悬 (懸)	xuán	매달	현	1. to hang 2. to imagine 3. be concerned about
956	斡	wò	돌	알	to turn
957	晦	huì	그믐	회	1. dark 2. unclear 3. night
958	魄	pò	넋	백	1. spirit 2. courage
959	环 (環)	huán	고리	환	1. ring 2. element 3. to surround
960	照	zhào	비칠	조	1. light up 2. to reflect 3. take a photograph

[璇玑悬斡 晦魄环照]

璇機在空中盘旋、月亮在残月时倾斜到地面、从初一开始重新升起、将地球照得圆圆的。(璇璣 : 一种用于观察天体运动或位置的仪器)

선기(璇璣. 천체의 움직임이나 위치를 관찰하는 데 쓰이는 기구)는 공중에 매달린 채 빙빙 돌고있고, 달은 그믐날 에는 바닥까지 기울었다가 초하룻날부터는 다시 떠오르기 시작하여 지구를 둥글게 비치고 있다.

The Xuanji (a device used to observe the movement or position of the celestial body) is circling, suspended in the air, and the moon leans tothe bottom on the last day of the month and then begins to rise again on the first day of the month, illuminates the earth in a round.

璇璣は空中にぶら下がったままぐるぐる回っており、月は大晦日には底まで傾き、初日からはまた浮上し始め、地球を丸く映し出している。(璇璣 : 天体の動きや位置を観察するための器具)

Xuanji (dụng cụ được sử dụng để quan sát vị trí hoặc chuyển động của thiên thể) đang quay vòng trong không trung, mặt trăng ngả xuống đáy vào ngày cuối tháng rồi bắt đầu mọc trở lại vào ngày đầu tháng, chiếu sáng trái đất thành.

El Xuanji (Instrumento utilizado para observar el movimiento o la posición de un astro) está circulando, suspendido en el aire, y la luna se inclina al fondo el último día del mes y luego comienza a levantarse de nuevo el primer día del mes, ilumina la tierra en una.

121. 指薪修佑 永绥吉邵

No	Chinese		Korean		English
	Writing	Reading	Meaning	Reading	Meaning
961	指	zhǐ	손가락	지	1. finger 2. point to 3. point ~ out
962	薪	xīn	섶나무	신	1. firewood 2. salary
963	修	xiū	닦을	수	1. to decorate 2. to mend 3. to study
964	佑	yòu	도울	우	to bless, to assist
965	永	yǒng	길	영	1. everlasting 2. forever
966	绥(綏)	suí	편안할	수	to pacify
967	吉	jí	길할	길	lucky
968	邵	shào	고을 이름	소	surname Shao

[指薪修祐 永绥吉邵]
就像从柴火燃烧的道理中领悟到"火永远不会熄灭"的道理一样、只要磨练出永远幸福的道路、这个世界就能永远建设舒适、神圣、美丽的理想世界。

섶나무 타는 이치에서 불(火)은 영원히 꺼지지 않는다는 이치를 터득한 것처럼, 영원한 행복을 위한 길을 닦는다면 이 세상은 영원히 편안하고 상서롭고 아름다운 이상적인 세상을 이룩할 수 있을 것이다.

Just as we learned from the burning of firewood that the fire will never go out, we can build a comfortable, sacred, and beautiful ideal world forever by honing the path to eternal happiness.

柴が燃える理から「火は永遠に消えない」という理を悟ったように、永遠に幸せになる道を磨けばこの世は永遠に楽で神聖で美しい理想的な世界を築き上げることができるだろう。

Giống như việc nhận ra nguyên lý "lửa không bao giờ tắt" trong vị trí củi cháy, nếu bạn mài giũa con đường hạnh phúc vĩnh cửu, thế giới này có thể xây dựng một thế giới lý tưởng thoải mái, thiêng liêng và đẹp đẽ mãi.

Así como se dio cuenta de que "el fuego no se apaga para siempre" en la razón de la quema de leña, si allanas y pules el camino de la felicidad eterna, este mundo puede construir para siempre un mundo ideal cómodo, sagrado y hermoso.

122. 矩步引领 俯仰廊庙

No	Chinese		Korean		English
	Writing	Reading	Meaning	Reading	Meaning
969	矩	jǔ	법도	구	1. square 2. regulation
970	步	bù	걸음	보	1. step 2. stage 3. situation
971	引	yǐn	끌	인	1. to draw 2. to lead 3. to leave
972	领(領)	lǐng	거느릴	령	1. collar 2. neck 3. outline
973	俯	fǔ	구부릴	부	bend over
974	仰	yǎng	우러를	앙	1. look up 2. to respect 3. depend on
975	廊	láng	행랑	랑	1. corridor 2. porch, eaves
976	庙(廟)	miào	사당	묘	temple

[矩步引领 俯仰廊庙]

按照法度走路、端正衣领、虔诚地端正姿势、低头或抬头的细微动作也要注意不要违背朝廷的惯例和制度。

법도에 맞는 걸음걸이를 하며 옷깃을 여미고 경건한 마음으로 단정하게 자세를 바로 잡고, 고개를 숙이거나 쳐드는 사소한 움직임도 조정 안에서는 관행이나 제도에 따라 어긋남이 없도록 조심하여야 한다.

Walking according to the law, straightening the collar, reverently correcting the posture, bowing or raising the head of the small movements should also be careful not to violate the customs and system of the court.

法度に合った歩き方をし、襟を正し、敬虔な気持ちで姿勢を正し、頭を下げるか持ち上げりする些細な動きも、朝廷の中では慣行や制度にそぐわないよう気をつけなければならない。

Phải chú ý đi bộ theo luật pháp, chỉnh cổ áo gọn gàng, tư thế đứng đúng đắn và cúi đầu hoặc di chuyển nhỏ để không đi ngược lại với chế độ và thông lệ điều chỉnh.

Caminar según la ley, enderezar el cuello, corregir reverentemente la postura, inclinar o levantar la cabeza de los movimientos pequeños también debe tener cuidado de no violar las costumbres y el sistema de la corte.

123. 束带矜庄 徘徊瞻眺

No	Chinese		Korean		English
	Writing	Reading	Meaning	Reading	Meaning
977	束	shù	묶을	속	1. to tie 2. to restrain 3. bunch
978	带(帶)	dài	띠	대	1. strap 2. tyre (Brit) 3. zone (Am)
979	矜	jīn	자랑할	긍	1. have pity on 2. egotistical 3. reserved
980	庄(莊)	zhuāng	장중할	장	1. village 2. manor
981	徘	pái	어정거릴	배	1. walk back and forth, hesitate 2. irresolute
982	徊	huái	어정거릴	회	to linger, to dither
983	瞻	zhān	볼	첨	look up
984	眺	tiào	바라볼	조	to survey

[束帶矜庄 徘徊瞻眺]

在朝廷内、人们穿着礼服、以严谨端庄的姿态献身于治理国家的事业、在朝廷外、人们利用业余时间放松放松心情、在街上游荡、仿佛置身于世间万物。

조정(朝廷)안에서는 예복을 갖추어 입고 근엄하고 단정한 모습으로 나라 다스리는 일에 헌신하고, 조정 바깥에서는 여가를 이용해서 긴장을 풀고 가벼운 마음으로 길거리를 어정거리면서 세상 물정 돌아가는 모습을 바라보기도 한다.

In the Imperial Court, he is devoted to governing the country in a solemn and neat manner, and outside the Imperial Court, he uses his leisure time to relieve tension and watch the world go round while wandering around the streets with a light-hearted.

朝廷の中では礼服を整えて謹厳で端正な姿で国を治めることに献身し、朝廷の外では余暇を利用して緊張を解き、軽い心で路頭をぶらつきながら世情が回る姿を眺めることもする。

Trong Tòa án Hoàng gia, ông tận tâm cai trị đất nước một cách trang nghiêm và gọn gàng, bên ngoài Tòa án Hoàng gia, ông sử dụng thời gian rảnh rỗi của mình để giảm bớt căng thẳng và nhìn thế giới đi vòng quanh với một trái tim nhẹ nhàng.

Dentro del gobierno, se dedica a gobernar el país de una manera solemne y limpia, y fuera del control, utiliza su tiempo libre para relajarse, caminar por las calles con un corazón ligero y ver cómo gira el mundo.

124. 孤陋寡闻 愚蒙等诮

No	Chinese		Korean		English
	Writing	Reading	Meaning	Reading	Meaning
985	孤	gū	외로울	고	1. orphaned 2. alone
986	陋	lòu	더러울	루	1. ugly 2. narrow 3. common
987	寡	guǎ	적을	과	1. few 2. bland 3. widow
988	闻 (聞)	wén	들을	문	1. to hear 2. to smell 3. news singular
989	愚	yú	어리석을	우	1. foolish 2. to fool
990	蒙	méng	어릴	몽	1. to cover 2. to receive 3. ignorant (mēng) 1. to deceive 2. make a wild guess
991	等	děng	무리	등	1. grade 2. kind 3. equal
992	诮 (誚)	qiào	꾸짖을	초	1. to blame, to denounce 2. to satire, to ridicule

[孤陋寡闻 愚蒙等诮]

如果缺乏灵活性、固执性、判断事理迟钝、听不见、听不见、那么就会受到愚蠢、不明事理的人听不懂事理的责备。

융통성이 없고 고집이 강하고 사리판단이 둔하고 듣고 보는 것이 적으면, 어리석고 사리에 어두운 사람들이나 듣게되는 그와 같은 꾸지람을 듣게 된다.

If you are inflexible and stubborn, slow in judgment, and have little knowledge, such people will be scolded.

融通が利かず頑固で、事理判断が鈍く、見聞が少なければ、そのような人々が受けることになる叱られことになる。

Những người như vậy sẽ bị mắng nếu bạn cứng đầu và bướng bỉnh, phán đoán chậm chạp và ít hiểu biết.

Si eres inflexible y testarudo, lento en el juicio, y tienes poco conocimiento, tales personas serán regañadas.

125. 谓语助者 焉哉乎也

No	Chinese		Korean		English
	Writing	Reading	Meaning	Reading	Meaning
993	谓 (謂)	wèi	이를	위	to call
994	语 (語)	yǔ (yù)	말씀	어	1. language 2. saying 3. to talk (yù) to tell, to inform, to notify, wise up
995	助	zhù	도울	조	to help
996	者	zhě	사람	자	1. nominalizing function word 2. that 3. topic marker, that, it 4. (after a verb or adjective) one who (is) ~
997	焉	yān	어찌	언	1. used to refer to someone, something, or somewhere, equivalent to it or where 2. used to express a question, equivalent to where? or how? 3. used at the end of a sentence to enhance the tone
998	哉	zāi	(어조사) 비롯할	재	1. exclamatory or interrogative particle 2. an indication that something has already been done 3. to start

999	乎	hū	어조사(~랴)	호	1. an expression of doubt. (吗) 2. question marks indicate choice. (呢) 3. an indication of speculation. (吧)
1000	也	yě	어조사(~이다)	야	1. also 2. still

[谓语助者 焉哉乎也]
所谓"语气助词"的字中有"焉"、"哉"、"乎"、"也"等。

이른바 어조사(語助辭: 토씨)라는 글자에는 언(焉), 재(哉), 호(乎), 야(也) 등이 있다.

The called 'a postposition word in classical Chinese word' include Yan, Zai, Hu and Ye.

いわゆる語助詞という文字には焉、哉、乎、也などがいる。

Các từ được gọi là 'một từ câu chyện trong từ cổ điển Trung Quốc' bao gồm Yan, Zai, Hu và Ye.

La llamada palabra de posposición en la palabra clásica china incluye Yan, Zai, Hu y Ye.

초판 1쇄 발행 2024년 8월 31일

지은이 이상범
펴낸이 김영근
편집 김영근, 최승희
마케팅 김영근, 최승희
디자인 김영근
펴낸곳 마음 연결
주소 경기도 수원시 팔달구 인계로 120 스마트타워 1318
이메일 nousandmind@gmail.com
출판사 등록번호 251002021000003
ISBN 9791193471210
값 16000

이 책은 저작권법에 의해 국내에서 보호받는 저작물입니다.
저작권자의 승인 없이 본문의 내용을 무단으로 복제하거나
다른 매체에 기록할 수 없습니다.